பாரதியின் கடிதங்கள்

# பாரதியின் கடிதங்கள்

ரா. அ. பத்மநாபன்

கல்வி கற்பதற்கு எட்டயபுரம் அரண்மனையின் பொருளுதவி வேண்டி, பதினைந்து வயதுச் சிறுவனாக எழுதிய கவிதைக் கடிதம் முதல் இறப்பதற்குக் கொஞ்ச காலத்திற்கு முன்பு குத்தி கேசவப் பிள்ளைக்கு எழுதிய கடிதம் வரை, பாரதி எழுதிய இருபத்துமூன்று கடிதங்களின் அரிய தொகுப்பு இது.

'புவியனைத்தும் போற்றிட வான் புகழ் படைத்துத் தமிழ் மொழியைப் புகழிலேற்றும் நல் கவியரசர் தமிழ்நாட்டுக்கு இல்லை எனும் வசை என்னால் கழிந்ததன்றே?', 'என் நூல்கள் 'மண்ணெண்ணெய் தீப்பெட்டிகளைக் காட்டிலும் அதிக ஸாதாரணமாகவும் அதிக விரைவாகவும் விலைப்பட்டுப்போகும்' என்பன போன்ற அரிய தொடர்கள் நிறைந்த பாரதியின் கடிதங்கள் நுட்பமான வாசிப்புக்கு உரியவை.

*பாரதி புதையல்* திரட்டுகள், *சித்திரபாரதி* ஆகிய நூல்களை வழங்கிய பாரதி அறிஞர் ரா. அ. பத்மநாபன் (1917) அவர்களின் முயற்சியில் உருவான நூலின் செப்பமான பதிப்பு இது. தமது பதினாறாம் வயதிலேயே தமிழ்ப் பத்திரிகை உலகில் நுழைந்து விட்ட ரா.அ. பத்மநாபன், *ஆனந்த விகடன், ஜெயபாரதி, ஹநுமான், ஹிந்துஸ்தான், தினமணி கதிர்,* அகில இந்திய வானொலி, அமெரிக்கத் தூதரகச் செய்திப் பிரிவு ஆகியவற்றில் பணியாற்றி யிருக்கிறார்.

தமிழக அரசு 2003ஆம் ஆண்டுக்கான பாரதி விருதை இவருக்கு வழங்கி கௌரவித்துள்ளது.

# பாரதியின் கடிதங்கள்

தொகுப்பும் பதிப்பும்
## ரா. அ. பத்மநாபன்

காலச்சுவடு பதிப்பகம்

அன்பார்ந்த வாசகருக்கு,

வணக்கம்.

காலச்சுவடு நூலை வாங்கியமைக்கு நன்றி.

நூலின் உள்ளடக்கம், உருவாக்கம், அட்டைப்படம் இன்ன பிற அம்சங்கள் பற்றிய உங்கள் கருத்துகளையும் ஆலோசனைகளையும் காலச்சுவடு வரவேற்கிறது. தகவல், எழுத்து, வாக்கியப் பிழைகள் தென்பட்டால் அவசியம் தெரிவித்து உதவுங்கள். நூல் தயாரிப்பில் கடும் குறைபாடு இருப்பின் மாற்றுப் பிரதி உங்களுக்குக் கிடைக்கக் காலச்சுவடு ஏற்பாடு செய்யும்.

மின்னஞ்சல்: **publisher@kalachuvadu.com**

காலச்சுவடு நாகர்கோவில் அலுவலகத்திற்குக் கடிதம் அனுப்பலாம்.

தங்கள்
எஸ்.ஆர். சுந்தரம் (கண்ணன்)
பதிப்பாளர் – நிர்வாக இயக்குநர்

பாரதியின் கடிதங்கள் ♦ தொகுப்பும் பதிப்பும்: ரா. அ. பத்மநாபன் ♦ © திருமதி மைதிலி பத்மநாபன் ♦ முதல் பதிப்பு: பிப்ரவரி 1982, காலச்சுவடு முதல் பதிப்பு: மார்ச் 2005, பன்னிரண்டாம் பதிப்பு: பிப்ரவரி 2025 ♦ வெளியீடு: காலச்சுவடு பப்ளிகேஷன்ஸ் (பி) லிட்., 669 கே.பி. சாலை, நாகர்கோவில் 629001

**paaratiyin kaTitankaL** ♦ Letters of C. Subramania Bharati ♦ Editor: R.A. Padmanabhan ♦ © Mrs. Mythili Padmanabhan ♦ Language: Tamil ♦ First Edition: February 1982, Kalachuvadu First Edition: March 2005, Twelfth Edition: February 2025 ♦ Size: Demy 1 x 8 ♦ Paper: 18.6 kg maplitho ♦ Pages: 112

Published by Kalachuvadu Publications Pvt. Ltd., 669 K.P. Road, Nagercoil 629001, India ♦ Phone: 91-4652-278525 ♦ e-mail: publications@kalachuvadu.com ♦ Cover Drawing: Mark ♦ Printed at Adyar Students xerox Pvt. Ltd., No. 275 Habibullah Road, Triplicane high Road, Opp Triplicane Post Office, Triplicane, Chennai 600005

ISBN: 978-81-87477-82-2

02/2025/S.No.198, kcp 5624, 18.6 (12) uss

# பொருளடக்கம்

முதற்பதிப்பின் முகவுரை 9

படங்கள்: பாரதி கடிதங்களின் கையெழுத்துப்படிகள் 12

1. எட்டயபுரம் பிரமுகருக்குக் கவிதைக் கடிதம், 1897 21

2. இளம் மனைவிக்குக் கணவர் பாரதி கடிதம், 1901 25

3. தமிழறிஞர் மு. இராகவையங்காருக்குப் பாராட்டுக் கடிதம், 1907 27

4. லோகமானிய பாலகங்காதர திலகருக்கு ஆங்கிலக் கடிதம், 1908 31

5. பிரிட்டிஷ் தொழிற்கட்சித் தலைவர் ராம்ஸே மக்டானல்டுக்குக் கடிதம், 1914 35

6. பரலி சு. நெல்லையப்ப பிள்ளைக்குக் கடிதம், 1915 53

7. நெல்லையப்பருக்கு 'நன்கு மதிப்பு'க் கடிதம், 1919 59

8. தந்திக் காகிதத்தில் ரசீதுக் கடிதம், 1918 62

9. தம்பி சி. விசுவநாதனுக்குக் கடிதம், 1918 63

10. *சுதேசமித்திரன்* ஆசிரியர் ஏ. ரங்கஸ்வாமி ஐயங்காருக்கு நன்றிக் கடிதம், 1918 65

11. கடையத்திலிருந்து நெல்லையப்பருக்குக் கடிதம், 1918 67

12. எட்டயபுரம் வெங்கடேச ரெட்டுவுக்குக் கடிதம், 1919 70

13. எட்டயபுரம் மன்னருக்கு ஓலைத்தூக்கு, 1919 72

14. எட்டயபுரம் மன்னருக்கு சீட்டுக்கவிகள், 1919 75

15. எட்டயபுரம் மன்னருக்குக் கடிதம், 1919 77

16. கானாடுகாத்தான் வயி. சு. சண்முகம் செட்டியாருக்கு நூல் பிரசுரம் பற்றிக் கடிதம், 1919 80

| | | |
|---|---|---|
| 17. | பாரதியின் விரிவான நூல் பிரசுரத் திட்டம் - ஆங்கில அச்சுக் கடிதம், 1920 | 83 |
| 18. | நூல் பிரசுரத் திட்டம்: தமிழ் அச்சுக் கடிதம், 1920 | 90 |
| 19. | ஈரோடு தங்கப்பெருமாள் பிள்ளைக்கு ஆங்கிலக் கடிதம், 1920 | 96 |
| 20. | *அமிர்தம்* பத்திரிகை பற்றி ஸ்ரீநிவாஸ வரதனுக்குக் கடிதம், 1920 | 99 |
| 21. | *அமிர்தம்* பத்திரிகை பற்றி ஸ்ரீநிவாஸ வரதனுக்கு இரண்டாவது கடிதம், 1920 | 101 |
| 22. | குள்ளச்சாமியைச் சென்னைக்கு அனுப்பிவைக்குமாறு புதுவைச் சீடருக்குக் கடிதம், 1920 | 103 |
| 23. | மாப்பிள்ளைக்கு உதவி புரியக் கோரி குத்தி பி. கேசவப் பிள்ளைக்கு ஆங்கிலக் கடிதம், 1920 | 106 |
| | ஆதாரங்கள் | 109 |

# முதல் பதிப்பின் முகவுரை

**க**வியரசர் சுப்பிரமணிய பாரதியார் தமது 39 வயது வாழ்க்கையில் எழுதிய கடிதங்களில் தற்காலம் கிடைக்கும் அநேகமாக எல்லாக் கடிதங்களையும் ஒரு தனி நூலாகத் தொகுத்தளிப்பதே இந்நூலின் நோக்கம்.

கடிதங்கள் மனித வாழ்வில் எவ்வளவு முக்கியப் பங்கு வகிக்கின்றன என்பதைச் சொல்லத் தேவையில்லை. அதுவும் பாரதியார் போன்ற மகாகவி, உணர்ச்சிப் பெருக்குடன் எழுதிய கடிதங்களைப் படிக்கும்போது நமக்கு மெய்சிலிர்ப்பது இயல்பு.....

எளியவைதான் என்றாலும், கடிதங்கள் நாவலுக்கோ சிறுகதைக்கோ சளைத்தவை அல்ல. ஏன், கவிதைக்குக்கூடச் சளைத்தவை அல்ல. கடிதம் எழுதுபவர், இலக்கிய இலக்கணம் பாராட்டத் தேவையில்லை; உத்திகள் பற்றிக் கவலைப்பட அவசியமில்லை. அவற்றையெல்லாம் நூலாசிரியர்களுக்கு விட்டுவிட்டு, நாலு பேருக்குப் பொதுவில் எழுதுகிறோம் என்ற கவலையின்றி, ஒரே ஒரு நபருக்குத் தனிப்பட, அந்தரங்கமாக, மனம் விட்டுப் பேசுவது போல எழுதப்படுபவை கடிதங்கள். எவ்விதக் கவலையுமின்றி, சொல்ல வந்த விஷயம் ஒன்றே குறியாக, மனதிலுள்ளதை அப்படியே பேச்சு நடையில் தீர்க்க முடிகிறது கடிதத்தில் . . . . .

இந்த நூலில், பாரதியார், எட்டயபுரத்தில், 15 வயது நிரம்பாத பாலகனாக இருந்த சமயம் தமது படிப்புக்கு உதவி கோரி எட்டயபுரம் ஜமீன்தார் குடும்பப் பிரமுகருக்கு எழுதிய 1897ஆம் ஆண்டின் கவிதைக் கடிதம் முதலாக, அவர் 1920இல் எழுதிய கடிதங்கள் ஈறாகப் பல்வகைக் கடிதங்கள் ஒன்று சேர்த்துத் தரப்பட்டுள்ளன.

இளம் பாரதியின் கவிதைக் கடிதம் தவிர, 1908இல் லோகமானிய திலகருக்கு எழுதிய கடிதம், 1901இல் மனைவி செல்லம்மாவுக்குப் பரிவுடன் எழுதிய கடிதம், தமிழ் அறிஞர் மு. இராகவையங்காருக்கு 1907இல் எழுதிய பாராட்டுக் கடிதம், சீடர் நெல்லையப்ப பிள்ளைக்கு 1915இல் எழுதிய உணர்ச்சி மிக்க கடிதம், பிரிட்டிஷ் தொழில்

கட்சித் தலைவர் ராம்ஸே மக்டானல்டுக்குத் தாம் பிரிட்டிஷ் அதிகாரிகளால் படும் பாட்டை விவரிக்கும் நீண்ட 1914ஆம் ஆண்டுக் கடிதம், எட்டயபுரம் ஜமீன்தாருக்குக் கவிச் செருக்குடன் 1919இல் அனுப்பிய கவிதைக் கடிதங்கள், தமது நூல்களைத் தொகுத்து ஒழுங்காக வெளியிடும் திட்டத்தை விவரித்து அதற்குப் பண உதவி கோரும் 1920 ஆங்கில, தமிழ்க் கடிதங்கள், "சொத்தை விற்றேனும் பணம் கொண்டு வா" என அன்பர் ஸ்ரீநிவாஸ வரதனுக்கு அபிமானத்துடன் உத்தரவிடும் 1920 கடிதம், சீடர் நெல்லையப்பருக்கு "நன்கு மதிப்பு" (நற்சாட்சி) கடிதம், தம்பி விசுவநாதனுக்கு இனி ஆங்கிலத்தில் எனக்குக் கடிதம் எழுதாதே, கொச்சைத் தமிழிலோ, முடியாவிட்டால் ஸம்ஸ்கிருதத்திலோ எழுது என்ற 1918 கடிதம், தமது மாப்பிள்ளைக்கும் பெண்ணுக்கும் உதவி செய்யுமாறு குத்தி பி. கேசவப் பிள்ளைக்கு எழுதிய 1920 கடிதம், கானாடுகாத்தான் வள்ளல் வயி.சு. சண்முகம் செட்டியாருக்குத் தமது நூல்களை வெளியிடுவது பற்றிய கடிதம் - இவ்வாறு இன்னும் பல கடிதங்களில் பல நிலைகளில் நாம் பாரதியை இந்நூலில் காண முடிகிறது.

ஒவ்வொரு கடிதமும் பாரதியார் நம்முடன் பேசுவது போல உள்ளது அவரது நடையழகின் சிறப்பு.

பாரதியாரின் கடிதங்கள் கவிஞர் கோமானை நாம் மேலும் நன்றாகப் புரிந்துகொள்ள உதவும் என்று நம்புகிறேன்.

பாரதி நிலையம் **ரா. அ. பத்மநாபன்**
40ஏ, சந்தான பஜனை
கோவில் தெரு
விழுப்புரம் 605 602

○

## நன்றி

இந்த மறுபதிப்பு உருவாவதில் பலவிதங்களில் ஊக்கத்துடன் உழைத்த எனது இளம் நண்பர் டாக்டர் ஆ. இரா. வேங்கடாசலபதிக்கு நான் மிகவும் கடமைப்பட்டிருக்கிறேன்.

சென்னை **ரா. அ. பத்மநாபன்**
நவம்பர் 2004

## சுப்பிரமணிய பாரதி
### Subramania Bharati

தமிழிலும் ஆங்கிலத்திலும் பாரதியின் கையெழுத்து.
ஆங்கிலத்தில் அவர் பெயரை
"Subramanya Bharati" என்றோ
"Subramanya Bharathi" என்றோ
"Subramaniya Bharathi" என்றோ
எழுதுவது தவறு

தமிழில், "சுப்ரமண்ய பாரதி" என்றோ,
"சுப்ரமணிய பாரதி" என்றோ
எழுதுவது தவறு.

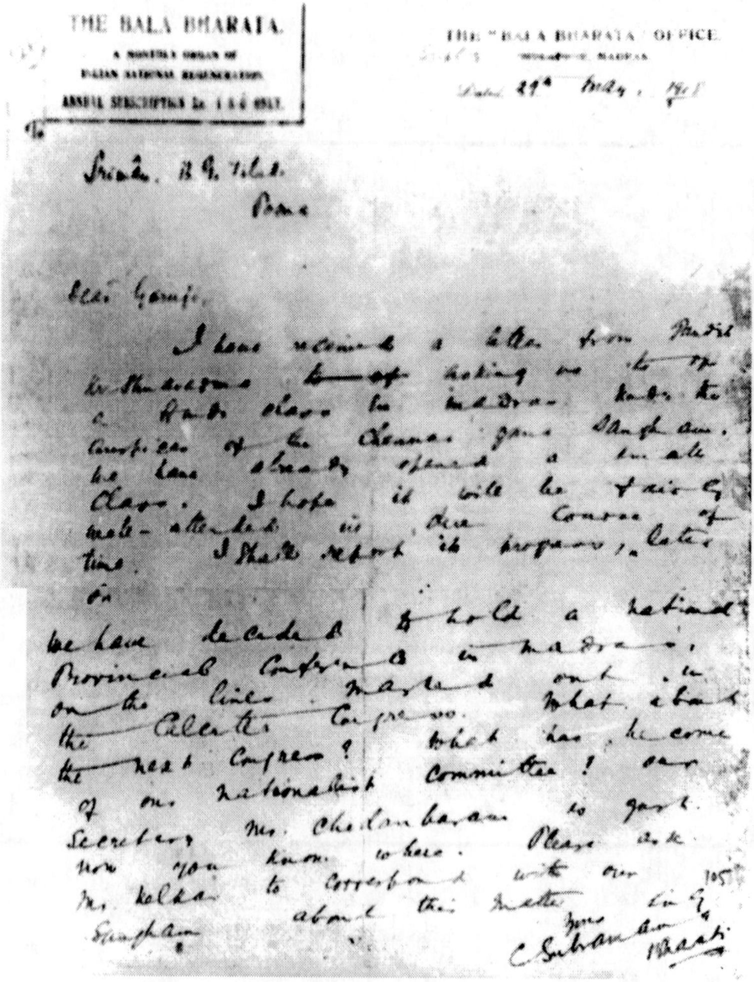

THE BALA BHARATA.
A MONTHLY ORGAN OF
INDIAN NATIONAL REGENERATION.
ANNUAL SUBSCRIPTION Rs. 1 ...

THE "BALA BHARATA" OFFICE
... MADRAS.

Dated 29th May, 1908

Srimān B. G. Tilak,
Poona

Dear Guruji,

I have received a letter from Pandit Krishnavarma ~~[illegible]~~ asking me to open a Hindi class in Madras under the auspices of the Chennai Jana Sangham. We have already opened a [illegible] class. I hope it will be fairly well-attended in due course of time. I shall report its progress, later on.

We have decided to hold a Nationalist Provincial Conference in Madras, on the lines marked out in the Calcutta Congress. What about the next Congress? What has become of our Nationalist Committee! Our Secretary Mr. Chidambaram is in gaol now you know where. Please ask Mr. Kelkar to correspond with our Sangham about this matter.

Yours sincerely,
C. Subramania Bharati

லோகமானிய திலகருக்கு பாரதியின் ஆங்கிலக் கடிதம், மே 29, 1908.

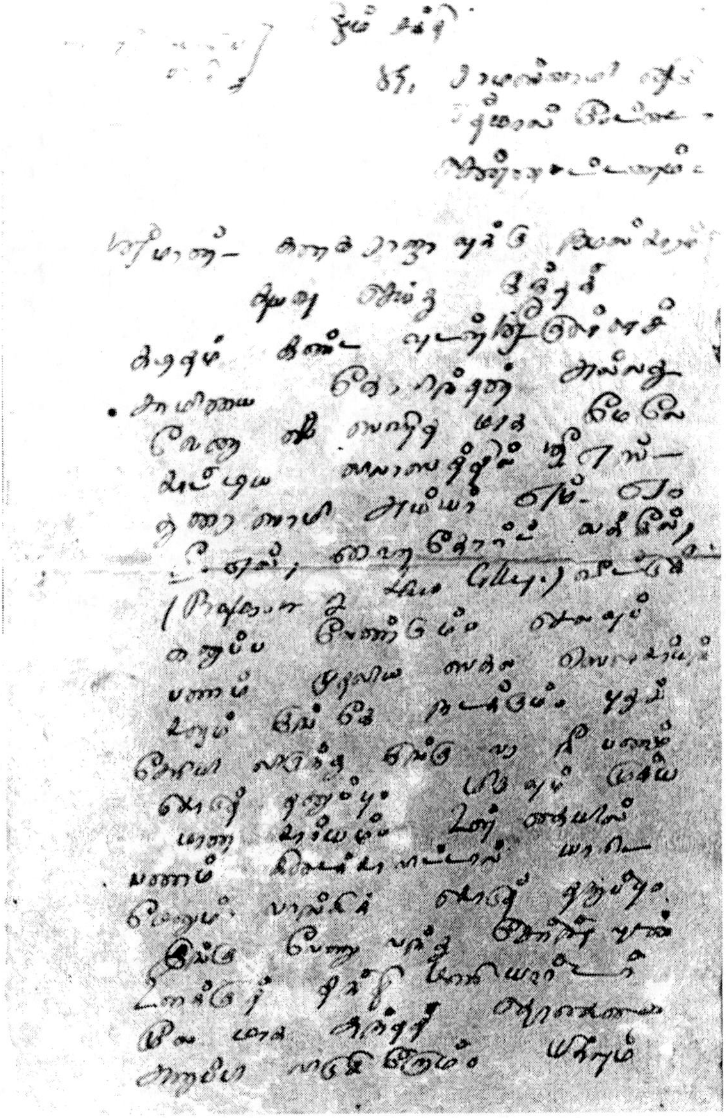

எட்டயபுரம் மன்னருக்கு சீட்டுக் கவிகள், மே 3, 1919.
(முதல் பக்கம்)

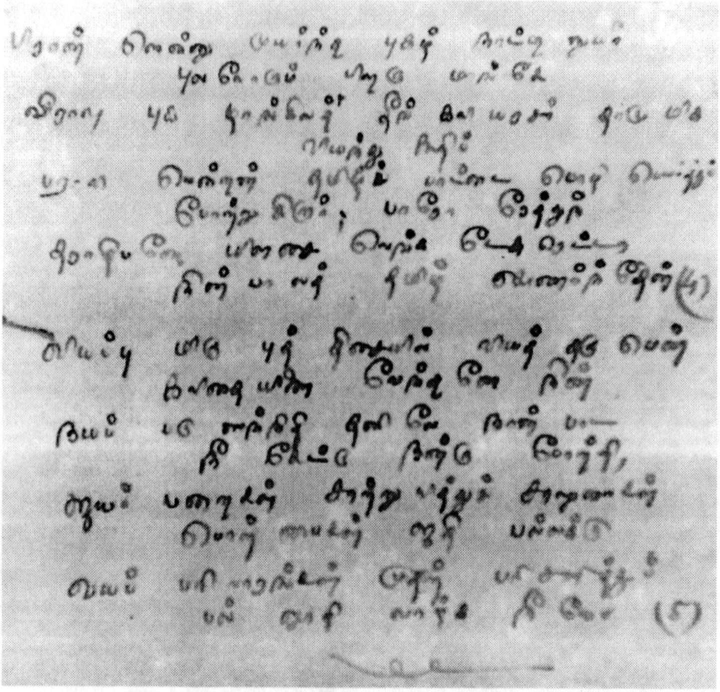

எட்டயபுரம் மன்னருக்கு சீட்டுக் கவிகள்
(இரண்டாம் பக்கம்)

C. Subramania Bharati      Kadayam

1920

To

R. S......

DEAR friend,

All my manuscripts—the accumulated labour of my 12 years' exile—have arrived here from Pondichery. They are to be divided into 40 separate books; of each book I print 10,000 copies for the first edition. This work will cost me an initial outlay of Rs. 20,000. And, within one year, or, at the most, two years from the date of publication, I shall certainly be able to get a net profit of a lac and a half rupees.

Most of the works which I have now selected for publication are prose-stories, sensational and, at the same time, classical; very easy, lucid, clear, luminous and all but too popular in style and diction and, at the same time, chaste, pure, correct, epic and time-defying. This fact and (2) the ever-growing increase of Tamil-reading men, women and children in the Tamil land and the Tamil world overseas; (3) the historic necessity of my works for the uplift of the Tamil land which, again, is a sheer necessity of the inevitable, imminent and Heaven-ordained Revival of the East; (4) the novel and American-like improvements which I propose to make in the printing, binding and get-up of my editions—which, aided by the beautiful and suitable pictures illustrating the interesting events occurring in the stories, will make them a tremendous attraction to our public and such a wondrous surprise; (5) the comparatively low prices of my books; for I am going to sell **my prose-works** uniformly at eight annas a copy and my poems at, so far as possible, four annas a copy; and (6) my high reputation and

தமது நூல்களை வெளியிடுவது பற்றி பாரதியின் விவரிவான திட்டம், ஆங்கில அச்சுக் கடிதம், ஜூன் 28, 1920 (முதல் பக்கம்)

unrivalled popularity in the Tamil-reading world due to my past publications—all these are bound, most evidently, to make my sales a prodigious success.

Please send whatever you can send as loan towards the printing expenses. I expect from you at least Rs. 100. Kindly induce at least twenty more of your friends to lend me similar and much larger sums, if possible.

I shall give stamped 'Pro'—notes for the sums I receive from you and your friends, paying the generous interest of 2% per month, in view of my large profits. Expecting, very eagerly, your kind reply and scores of money orders from your side and praying to God to grant you a long and joyous life.

I remain,
Yours faithfully,
Subramania Bharati

N. B. All Government restrictions against me have been removed and all accusations withdrawn and so Government Officials may also be asked to subscribe for this loan. Nobody's name will be announced to the public in this connection and the subscribers will be merely treated as private creditors. *The debts will be fully cleared within 2 years.* C. S. B.

நூல் வெளியீட்டுத் திட்டக் கடிதம்
(இரண்டாம் பக்கம்)

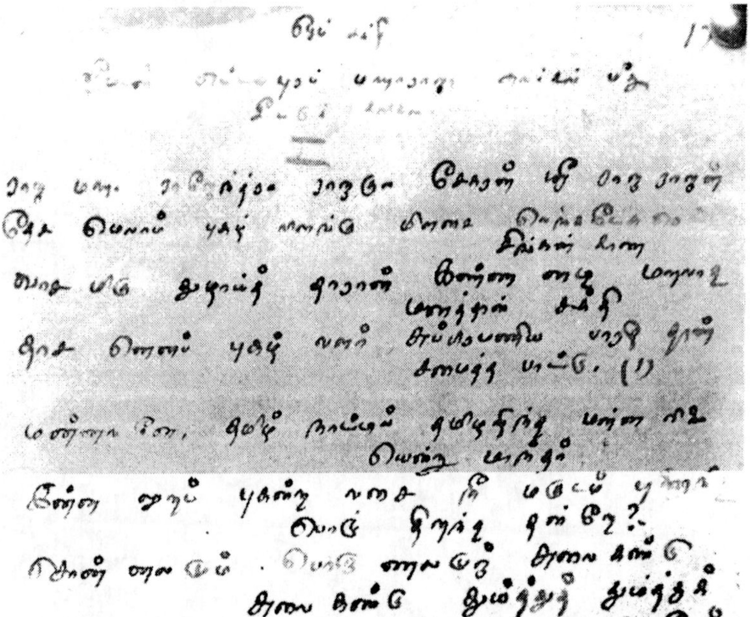

குள்ளச்சாமி பற்றிப் புதுவை அன்பருக்கு எழுதிய கடிதம், 1920
(முதல் பக்கம்) மறு பக்கம் கிடைக்கவில்லை

# பாரதியின் கடிதங்கள்

# 1

## எட்டயபுரம் பிரமுகருக்குக் கவிதைக் கடிதம், 1897

உ
சிவமயம்

தென்னிளசை நன்னகரிற் சிங்கம் வெங்கடேசு ரெட்ட
கன்னன் சுமுக சமூகம்.

திருவளர் மருமத் தொருவனும் அயனும்
உம்பரும் உலகரும் உணரொணாப் பெருமையோன்
நம்பனெட் டீசன் நளிர்பூம் பாதத்
தாமரைப் போதினைத் தன்னகம் நிறீஇக்
காமனார் உயர்த்த கவின்பெறு வெண்குடை
நேர்தரூஉம் பூந்தண் நித்திலக் கவிகை
ஆர்வுறூஉம் பொன்னுல களாவிட நிறீஇ
எண்ணெழு நாட்டினும் எழுகடல் தீவினும்
பண்ணவர் உலகினும் பாதலப் புவியினும்
அணி நெடுஞ் சக்கரத்தாணை நிறீஇச்
செஞ்சொற் பாவலர் சீர்மாறன் என
அஞ்சிய மாற்றலர் அடுங் கூற்றென்ன
வஞ்சியெ னல்லார் மாமத னென்ன
இரவலர் கன்னனே என்றிட மற்றைப்
புரவலர் தன்மனிற் புண்ணியன் என்றிடப்
பார்மிசைத் தானே பேரிசை நிறீஇக்
காரொடு மயிலினம் கலந்திட நீள்மரம்
சீரொடு வளர்ந்த செழும்பொழில் இளசையின்
ஏரொடு பொலிந்த எழில் மாளிகையில்
செல்வர் பணிந்திடச் சீரியர் வாழ்த்திட
எவ் வெத் தேயத் திறைவருஞ் சூழ்தர
அரியணை மிசைத்தான் அமரர்கோன் எனவிருந்
திருநிலம் புரக்கும் எழிலோய்! பெருவரை
விறல்தோள் மகிப, வெங்கடேசு ரெட்ட
மன்னர்தம் மன்ன, நீ மகிழ்வோடு காண்க
இன்னணம் எளியேன் எழுதிய விண்ணப்பம்:

வார்கடல் சூழ்ந்தஇப் பார்மிசை மொழிபல.
அவையிற்றுட்,
பெருஞ்சிறப் பேற்றுப் பிறைச்சடைக் கடவுளும்
அருந்திரு நூலொன் றருளப் பெறீஇ
இன்னமு தினுஞ்சுவை எய்வுறீஇ அமைந்த
செந்தமிழ்த் திருமொழி சிறிதும் ஆதரிப்பவர்
இன்மையின் இந்நாள் இனிது கற்பவர்க்கு
நன்மை பயவாது நலிந்திட, மற்றைப்
புன்மொழி பலவும் பொலிவுறலாயின;
உகதன்மத்தான் உலகினைப் பற்பல
வகையினர் புலைஞர் மாண்பினொ டாளலின்.
ஆதலின்,
ஐயநின் அருளே அருங்கதி யென்ன
உய்ய இவண்வந் துற்ற என் தந்தையார்
என்னையும் புறமொழிகற்க வென்றியம்புவர்.
என்னை யான் செய்குவ தின்றமிழ் கற்பினோ
பின்னை ஒருவரும் பேணார் ஆதலின்
கன்ன யான் அம்மொழி கற்கத் துணிந்தனன்;
எனினும்,
கைப்பொருள் அற்றான் கற்ப தெவ்வகை?
பொருளால் அன்றிக் கல்வியும் வரவில;
கல்வியான் அன்றிப் பொருளும் வரவில,
முதற்கட் கல்வியே பயிறல் முறைமையாம்;
அதற்குப் பொருளிலை, ஆதலின் அடியேன்
வருந்தியே நின்பால் வந்தடைந்தனன்;
பெருந்திரு உடையைநின் பேரருள் உடைமையான்
மாந்தர்ப் புரத்தல் வேந்தர்தந் திருவருட்
கிலக்கியம் ஆதலின் எளியேற் கிந்நாள்
அரும்பொருள் உதவிநீ அனைத்தும் அருள்வையால்;
நின்னைக் கவியான் நிகழ்த்து நன் நாப்புற
மன்னர்பாற் சென்றே இரக்க வருந்திடும்!
அன்னாய் நீயே அருங்கதி எனவுரைத்
துன்னை வந்தடைந்தவர் உழல்வரோ துயர்க்கடல்?
என்னையிச் சிறுவன் இயம்புவ தென்னாது
மன்னநின் னருளான் அடியனை வாழ்வித்
துன்னரு ளானே உய்ந்தோனெனப் பிறர்
என்னைச் சாற்றலால் இரும்புக ழினையெற்
கீந்தருளுதிநீ இனிது வாழ்கவே!

இங்ஙனம், ஊழியன்,
இளசைச் சுப்பிரமணியன்,
24–1–97 எட்டையபுரம்.

[பாரதியார் எழுதிய கடிதங்களில் நமக்குக் கிடைத்தவற்றுள் மிகப் பழமையானது இந்தக் கவிதைக் கடிதம்தான். இது எழுதப்பட்ட தேதி 1897 ஜனவரி 24. இதை எழுதும்போது பாரதியாருக்கு வயது 14 நிரம்பி ஒரு மாதம் பன்னிரண்டு நாட்களே ஆகியிருந்தன. எட்டயபுரம் ஜமீன்தாரரின் சிற்றப்ப னும், பின்னர் பட்டத்துக்கு வந்தவரும், தமிழினிடமும் பாரதி யிடமும் பற்றுதல் கொண்டவருமான வெங்கடேசுர எட்டப்ப னுக்கு இளைஞன் பாரதி எழுதிய கவிதைக் கடிதம் இது. வெங்கடேசுர எட்டப்பன் அவர்களுக்கே, 1919இல், புதுவையி லிருந்து கீர்த்தியுடன் திரும்பிய புலவர் கோமான் பாரதி இரண்டு சீட்டுக்கவிகளும் ஒரு கடிதமும் எழுதியுள்ளார்.

1897இல் எட்டயபுரம் ஜமீன் தமிழறிஞர்களையும் பிற கலைஞர்களையும் ஆதரிப்பதற்குப் பெயர் பெற்றிருந்தது. பாரதியார் இக்கடிதம் எழுதிய சமயம் அவருடைய தந்தை சின்னச்சாமி ஐயர் உயிருடன் இருந்தார். ஆனால், எதிர்பாராத நஷ்டங்களால் மனமுடைந்து போனவராக இருந்தார்.

திருநெல்வேலி மாவட்டத்திலேயே முதன்முதலாகப் பஞ்சு அறைவைத் தொழிற்சாலை ஒன்றை 1892இல் எட்டயபுரத்தில் நிறுவிப் புகழ் பெற்றவர் பாரதியாரின் தந்தை. அவருக்கு நவீன யந்திரங்களில் ஈடுபாடும் தொழில் நடத்தும் திறமையும் இருந்தன. ஆயினும், பஞ்சாலைத் தொழிலில் வெள்ளையர் புகுந்து உள்ளூர்த் தொழிலை நசுக்குவதில் காட்டிய தீவிரத் தினாலும், வர்த்தகத்தில் செய்த பல சதிகளாலும் சின்னச்சாமி ஐயரது தொழிற்சாலை பெரும் நஷ்டமடைந்தது. "ஊணர் செய்த சதி"யால் தந்தைக்குப் பேரிடி நேர்ந்ததென பாரதியாரே தமது 'சுயசரிதை'யில் கூறுகிறார்.

இளைஞர் பாரதி தமிழ் கற்பதில் ஆர்வம் கொண்டிருந்தார். இது அவரது தகப்பனாருக்குப் பிடித்தமில்லை. பாரதி ஆங்கிலக் கல்வியும் கற்க வேண்டுமென்பது தந்தையின் விருப்பம். அதற்கிணங்க, பாரதியார் திருநெல்வேலி சென்று ஆங்கிலக் கல்வி பயிலலானார். இந்தச் சமயம் தந்தை வறுமை எய்திடவே, பாரதி ஜமீன்தாரின் சிற்றப்பனை உதவு மாறு வேண்டுகிறார். தமக்குத் தமிழில் உள்ள பற்றுதலையும், வருவாயை முன்னிட்டு ஆங்கிலம் கற்க நேர்ந்ததையும் பாரதி எடுத்துரைக்கிறார். சிறுவன் சொல் என்று தட்டாமல் உதவ முன்வர வேண்டுமென்றும் நயம்பட உரைக்கிறார்.

1897ஆம் ஆண்டு இளம் பாரதியின் கவிதை மடலில் அவரது ஆரம்பகாலக் கடினமான பண்டித நடை பரிபூரண ஆதிக்கம் செலுத்துகிறது. அளபெடைகள் மலிந்து காண்கின்றன.

இது பாரதி பாட்டுத்தானா என்று நினைக்குமளவு கடினமான, புரியாத நடை!

இன்னும் இரண்டொரு விஷயங்களும் இக்கடிதத்தில் கவனிக்கத்தக்கன. பிற்காலத்தில் எதையும் 'ஓம்' அல்லது 'ஓம் சக்தி' என்று துவங்கிய பாரதியார், இக்கடிதத்தைப் பிள்ளையார்ச் சுழியுடனும், 'சிவமயம்' என்றும் துவக்குவது குறிப்பிடத்தக்கது.

மேலும், பல ஆண்டுகள் முன்பே தமக்கு 'பாரதி' என்ற புகழ்ப்பட்டம் கிடைத்திருந்தும், இந்தக் கடிதத்தில் 'இளசைச் சுப்பிரமணியன்' என்றே அவர் கையெழுத்திடுகிறார். இக்கடி தத்தில் காணும் அடக்கம், 1919 சீட்டுக் கவிகளின் புலமைப் பெருமிதத்துடன் ஒப்பிடத்தக்கது.]

●

# 2

## இளம் மனைவிக்குக் கணவர் பாரதி கடிதம், 1901

ஓம்

ஸ்ரீகாசி
ஹநுமந்த கட்டம்

எனதருமைக் காதலி செல்லம்மாளுக்கு ஆசீர்வாதம். உன் அன்பான கடிதம் கிடைத்தது. நீ என் காரியங்களில் இத்தனை பயப்படும்படியாக நான் ஒன்றும் செய்யவில்லை. விசுவநாதன் அனாவசியமாக உனக்குப் பயத்தை விளைவித்திருக்கிறான். நான் எப்போதுமே தவறான வழியில் நடப்பவனல்ல. இதைப் பற்றி உன்னைச் சந்திக்கும் சமயங்களில் விவரமாகக் கூறுகிறேன். நீ இந்த மாதிரி கவலைப்படும் நேரங்களில் தமிழை நன்றாகப் படித்து வந்தாயானால் மிகவும் சந்தோஷமுறுவேன்.

உனதன்பன்
சி. சுப்பிரமணிய பாரதி

o

[தந்தை இறந்தபின் காசி நகர் சென்று, அங்கே இருந்த அத்தை வீட்டில் தங்கிக் கல்லூரிப் படிப்பைப் படித்து வந்த பாரதி, 19 வயதுக் கணவர், தமது 12 வயது மனைவிக்கு எழுதிய அன்புக் கடிதம் இது.

முந்தைய கவிதைக் கடிதத்துக்கும் இந்த வசன கடிதத்துக்கும் எவ்வளவு வித்தியாசம்! இக்கடிதத்தில்தான் எவ்வளவு எளிய நடை, எவ்வளவு நேருக்கு நேர் பேசுவது போன்ற சொல்லமைப்பு!

மேலும், குறுகிய எட்டயபுரப் பண்டித நடையும் மனப் பான்மையும் நீங்கி, பரந்த தேசியப் பார்வை பெற்ற பாரதியின்

நடையும் எளிய, இனிய நடை ஆகிவிட்டது! காசி ஹிந்து சர்வகலாசாலையைத் துவக்கியிருந்த அன்னிபெஸண்ட் அம்மையாரைக் கண்டு அவரது பேச்சுக்களைக் கேட்கும் வாய்ப்புப் பெற்ற பாரதி, பாரதத்தின் பல தரப்பு மக்களையும் காசியில் நேரில் கண்டு, பாரதத்தின் பெருமையை உணர லானார். காசிவாசிகளின் நடையுடை பாவனைகளும் பாரதியை ஆட்கொண்டுவிட்டன: முகத்தில் முறுக்கிவிட்ட மீசை, தலையில் வால்விட்ட தலைப்பாகை, இடையில் பஞ்ச கச்சம், மேலே கறுப்புக் கோட்டு.

பாரதியாரது போக்கும் நடையுடை மாற்றங்களும் தேசியப் பற்றும் அவரது உறவினர்களுக்கு விதவிதமான பயங்களை உண்டாக்கின. ஓர் உறவினர் பாரதி ஏதோ வெடிகுண்டு வீசும் பயங்கர இயக்கத்தில் சேர்ந்துவிட்டது போலவும், அவருக்குத் தூக்கு தண்டனையோ தீவாந்தர சிட்சையோதான் (அந்த மான் சிறைவாசம்) கிடைக்குமெனவும் செல்லம்மாவிடம் பயமுறுத்தி விட்டு விட்டார். தமது கணவரைச் சரியான சமயத்தில் நல்ல வழி திருப்புமாறும் போதித்துச் சென்றார் அவர்.

பாவம், பன்னிரண்டு வயதுப் பெண் என்னென்ன கவலைப் பட்டாளோ! தேச விடுதலைக்காக முயலுவோருக்குத் தீவாந் தர சிட்சை கிடைக்குமென்று கேள்விப்படுவதால், காசிவாசம் போதும், "உங்களுக்கு என்மேல் அன்பிருந்தால் புறப்பட்டு வந்து விடுங்கள்" என்று வேண்டுகோள் விடுத்தாள் இளம் மனைவி.

மனைவி செல்லம்மாளின் கவலைக்கு பாரதி அளிக்கும் மருந்து, "இந்த மாதிரி கவலைப்படும் நேரங்களில் தமிழை நன்றாகப் படி" என்ற உபதேசமாகும்! என்ன அருமையான உபதேசம்!]

•

# 3

## தமிழறிஞர் மு. இராகவையங்காருக்குப் பாராட்டுக் கடிதம், 1907

இந்தியா ஆபிஸ்
பிராட்வே, மதராஸ்
18th October 1907

அநேக நமஸ்காரம்.

ஒவ்வொரு காலத்துச் சோம்பர் மிகுதியாலும், ஒவ்வொரு காலத்தே முயற்சி மிகுதியாலும் தங்களைப் போன்ற பெரியோர்களுக்கு அடிக்கடி கடிதங்களெழுதிப் புனிதத் தன்மை பெறுவதற்கு அவகாசமில்லாதவனாக இருக்கின்றேன்.

சென்றமுறை வெளிவந்த 'செந்தமிழ்' ப் பத்திரிகையிலே தாங்கள் எழுதியிருக்கும் 'வீரத்தாய்மார்கள்' என்ற அற்புத உரையைக் கண்டு மகிழ்ச்சி பூத்து அம் மகிழ்ச்சியைத் தமக்கு அறிவிக்கும் பொருட்டாக இக்கடிதம் எழுதுகிறேன்.

தங்கள் பாண்டித்தியத்தை நான் புகழ வரவில்லை. அதனை உலகமறியும். தங்களுடைய பரிசுத்த நெஞ்சிலே எழுந்திருக்கும் 'ஸ்வதேச பக்தி' என்ற புது நெருப்பிற்குத்தான் நான் வணக்கம் செய்கிறேன்.

"காலச் சக்கரம் சுழல்கிறது" என்று அவ்வுபந்நியாசத்தின் இறுதியிலே குறிப்பிட்டிருக்கிறீர்கள். ஆம்! காலச் சக்கரம் சுழலவே செய்கின்றது; அந்தச் சுழற்சியிலே, சிறுமைச் சேற்றில் ஆழ்ந்து கிடந்த 'நீச பாரதம்' போய் 'மஹா பாரதம்' பிறக்கும் தறுவாய் வந்துவிட்டது.

'தாழ்நிலை' என்ற இருளிலே மூழ்கிக் கிடக்கும் பாரதவாஸிகளுக்கு மஹா பாரதம் காட்டத் தோன்றியிருக்கும் சோதிகளிலே தமது நெஞ்சிற் பிறந்திருக்கும் நெருப்பொன்றாகும். அதற்கும் வணக்கம் செய்கிறேன். அது வளர்க! ஓம்!

ஸி. சுப்பிரமணிய பாரதி

குறிப்பு: ஸ்ரீ அழகிய சிங்கப் பெருமாளையங்கார் (பச்சையப்பன் காலேஜ்) அவர்களும் அவர் தம்பி ஸ்ரீ. கிருஷ்ணமாச்சாரியாரும் தங்களுக்கு ஸாஷ்டாங்க வணக்கம் கூறும்படி என்னிடம் கற்பித்தார்கள்.

○

[இந்தக் கடிதத்துக்குக் காரணமான 'வீரத்தாய்மார்கள்' என்ற கட்டுரை பற்றி பாரதியார் தமது *இந்தியா* பத்திரிகையில் ஒரு தலையங்கமும் எழுதியுள்ளார். (*பாரதி நூல்கள்-கட்டுரைகள் -* சமூகம் என்ற பகுதியில் இத்தலையங்கம் வெளியாகியுள்ளது.) இந்தத் தலையங்கத்தில் மு. இராகவையங்காரவர்களின் இக்கட்டுரையைப் படித்தபோது "எமக்குண்டான பெருமகிழ்ச்சிக்கும் பெருந்துயரத்திற்கும் அளவில்லை" என்று பாரதியார் குறிப்பிடுகிறார்.

*செந்தமிழ்* பத்திரிகையில் வெளியான 'வீரத்தாய்மார்கள்' கட்டுரையையும் பாரதி தமது *இந்தியா* பத்திரிகையில் மூன்று பகுதிகளாக, மூன்று வாரம் தொடர்ந்து வெளியிட்டார்.

இக்கட்டுரையை *இந்தியா* வாசகர்கள் "தாம் பலமுறை படிப்பது மட்டுமேயன்றித் தம் சுற்றத்தார்க்கும் மித்திரருக்கும் தமது வீட்டு மாதர்களுக்கும் திரும்பத் திரும்பப் படித்துக் காட்டுதல் நலமென்று கருதுகிறோம்" என்று பாரதியார் தம் தலையங்கத்தில் வற்புறுத்துகிறார்.

'வீரத்தாய்மார்கள்' கட்டுரை பண்டைத் தமிழகத்தின் தாய் மார்களின் வீர மரபைப் பல உதாரணங்களுடன் எடுத்துக் காட்டியது. இவற்றை பாரதியார் தமது தலையங்கத்தில் விவரமாக எடுத்துக்காட்டுகிறார்:

போர்க்களத்தில் எதிரிப் படையின் யானையைக் கொன்று திரும்புதல் தன் மகன் கடமை என்று ஒரு தமிழ்த்தாய் பாடியிருக்கிறாள். மற்றொரு தாய், யுத்தகளத்தில் தன் மகன் உயிர் துறப்பானானால் அதுவே மேலான தர்மம் என்று கூறுகிறாள். வேறொரு தாய், தன் மகன் எதிரி யானையைக் கொன்று தானும் மடிந்தான் என்றறிந்தபோது அவனைப் பெற்ற காலத்து அடைந்த மகிழ்ச்சியிலும் மிக்க மகிழ்ச்சியை அடைந்ததாய் ஒரு பெண்புலவர் பாடியுள்ளார். கணவனைப் போரில் இழந்த தாய், தனது ஒரே மகனைப் போர்க்களத்துக்கு மனமுவந்து அனுப்பும் பெருமையை வேறொரு பெண்புலவர் பாராட்டியுள்ளார். போர்க்களத்தில் தன் மகன் புறங்கொடுத்து ஓடிவந்து உயிர்துறந்தான் எனக்

கேட்ட ஒரு தாய், சீற்றங்கொண்டு, இது உண்மையாயின் அவன் பால் உண்டு வளர்ந்த தன் முலைகளை அறுத்திடு வேன் என்று சபதமிட்டு, போர்க்களம் சென்று, வீழ்ந்து கிடக்கும் பிணங்களைப் புரட்டித் தேடுகிறாள். முடிவில், தனது மகன் உடல் இரண்டு துண்டாகக் கிடப்பது கண்டு, அவனை ஈன்ற பொழுதினும் பெரிதுவந்தாள் என்று கூறு கிறது வேறொரு பாடல்.

இவற்றையெல்லாம் எடுத்துக்காட்டி, இக்கட்டுரையைப் படித்த போது தமக்குப் பெருமகிழ்ச்சியும் பெருந்துயரும் ஒருங்கே ஏற்பட்டதன் காரணங்களை பாரதி விளக்குகிறார்: "1800 வருஷங்களுக்கு முன்பாகவே இத்தனை பெருங்குணங்கள் வாயப் பெற்றிருந்த நாகரிக நாட்டிலே, இவ்வளவு உயர்வு கொண்டிருந்த பெரியோரின் சந்ததியிலே, இவர்கள் நடையி லும் செய்கைகளிலும் நிகரில்லாது கையாண்டுவந்த தமிழ்ப் பாஷையைப் பேசும் பெருங்குடியில் நாம் பிறந்திருக்கிறோ மென்பது அரிய மகிழ்ச்சியுண்டாக்குகிறது. ஆனால்... நாம் இக்காலத்திலே இருக்கும் நிலையையெல்லாம் பார்க்கும் போது மனம் புண்ணாய் உலைகின்றது. அந்நாட்களிலே மாதர்கள் காட்டிய வீரத் தன்மையையும், இந்நாளிலே ஆண் மக்கள் காட்டும் பேடித் தன்மையையும் ஒப்பிட்டுப் பார்க்கும் போது, 'ஆ! நமது உயர்வு கொண்ட பாரத ஜாதி இத்தனை தாழ்ந்த நிலைக்கு வருவதைக் காட்டிலும் ஒரேயடியாக அழிந்து போயிருந்தாலும் சிறப்பாயிருக்குமே' என்று மனம் குமுறுகின்றது.... இவ்வளவு மேலான வீரப் பயிற்சி இருந்த நாடு இப்போது என்ன நிலைக்கு வந்து விட்டது!'

"ஆனால், நமக்கு ஒரு ஆறுதல் இருக்கின்றது. அதுவும் வீணான ஆறுதலன்று. உண்மை பற்றிய ஆறுதல்.

"அந்த ஆறுதல் யாதெனில், நமது ஜாதியை இடையே பற்றிய சிறுமை நோய் விரைவிலே நீங்கி விடும் என்பதற்கு ஆயிரக்கணக்கான அறிகுறிகள் காணப்படுகின்றன. பரிசுத்த மான நெஞ்சமும் தெய்வபக்தியும் தன்னல மறுப்பும் உடைய பல மேலோர்களை இப்போது நாட்டிலே காண்கிறோம். இது வீணாக மாட்டாது. நம்மைப் பற்றியிருந்த புன்னோய் சீக்கிரத்திலே மாறிப் போய்விடும். வானத்திலே துந்துபி யொலி அதிரக் கேட்கின்றோம். மஹா பாரதம் (*Great India*) பிறந்து விட்டது. வந்தே மாதரம்."

பாரத மக்கள் எவ்வாறு தன்னலமற்ற தியாகத்தினால் மீண்டும் சுதந்திரம் பெறுவர், மீண்டும் எப்படி சுதந்திர பாரதம் ஜோதியுடன் விளங்கும் என்று எவ்வளவு தீர்க்கதரிசனமாக 1907இலேயே காண்கிறார் பாரதி! எவ்வளவு நம்பிக்கை! 'சோதி மிக்க மணியிலே சூழ்ந்த மாசு' போல,

சுதந்திர பாரதத்தின் புகழிலே படிந்துள்ள புன்மைக் கறை களும் விரைவில் நீங்கிப் போகுமென நம்புவோமாக!

மு. இராகவையரங்காரவர்கள் *செந்தமிழ்* பத்திரிகையில் 'வீரத் தாய்மார்கள்' என்ற கட்டுரை மட்டுமல்ல, அப் பத்திரிகையில் 1908, 1909 ஆண்டுகளில் பாரதியார் நூல் களைப் பாராட்டி வந்த புத்தக விமர்சனங்களையும் எழுதிய வர். தமிழில் தேசாபிமானம் உண்டாக்கவல்ல உயர் கவிதை கள் இல்லாத குறையை எடுத்துக்காட்டி, "இயற்கையில் இனிய கவிகள் பாடவல்ல பாரதியார் தம் சக்தியை இத் தகைய புது வழியில் திருப்பி உபயோகப்படுத்தியிருப்பது நம்மவர்க்கு ஒரு நல்ல வழியைக் கற்பிக்கின்றது" என்று 1908இல் அவ்வாண்டு வெளியான *ஸ்வதேச கீதங்கள்* என்ற பாரதி கீதங்கள் முதல் தொகுப்பை வாயாரப் போற்றியவர். மறுவருஷம், 1909இல், பாரதியார் பாடல் இரண்டாம் தொகுதியான *ஜன்ம பூமி* என்ற நூல் வெளிவந்த சமயம் "இதன் சில பகுதிகளை எம் நண்பர்கள் முன் படித்து வரும் போது, உள்ளபடியே அவை உரோமஞ் சிலிர்க்க எம்மைப் பெரிதும் உருக்கிவிட்டன" என்று *செந்தமிழ்* பத்திரிகையில் சிலாகித்தவர்.

பாரதியார் கடிதத்தின் குறிப்பில் காணும் அழகிய சிங்கப் பெருமாளையங்கார், அக்காலத்தில் இருந்த மிகச் சிறந்த பொது நலத் தொண்டர்களில் தலையாயவராவார். ஏழை பள்ளிக்கூட உபாத்தியாயர் தாமென்றாலும், இவர் பொது நலத் தொண்டுக்காகவே வாழ்ந்தாரெனலாம். திருவல்லிக் கேணியில் இவரது வீட்டில், அதிகாலையிலேயே உதவி நாடுவோர் கூடிவிடுவராம்; அவர் எப்பொழுது எழுந்து வெளியே வருவார் எனக் காத்திருப்பராம். இலவச வைத்தியத் துக்கு வழி செய்தல் முதல் பெரும் பதவியினரைக் கண்டு தக்கவருக்கு வேலைவாங்கித் தருவது வரை யாவும் இவரது அன்றாடத் தொண்டுகளாகும். ஸ்வாமி விவேகானந்தரை அமெரிக்காவுக்கு அனுப்பிவைத்த ஏழைப் புண்ணியவான் இவர்! ஸ்வாமிகள் போகத் தூண்டியதுடன், நிதியும் வசூ லித்து அனுப்பி வைத்த பாக்கியவான் இவர்! விவேகானந்த ரது ஆணைப்படி *பிரம்மவாதின்* என்ற ஆத்மிகப் பத்தி ரிகையைத் துவக்கி நடத்தியவர்; பாரதியை ஆசிரியராகக் கொண்ட *இந்தியா* வாரப் பத்திரிகை தோன்றுவதற்கும் ஊக்கமளித்தவர்.

●

ரா. அ. பத்மநாபன்

# 4

## லோகமானிய பாலகங்காதர திலகருக்கு ஆங்கிலக் கடிதம், 1908

THE BALA BHARATA
A monthly organ of
Indian National Regeneration
Annual Subscription Re. 1-8-0 only

The "Bala Bharata" Office
Triplicane, Madras
Dated, 29th May 1908

To
    Sriman B.G. Tilak
    Poona.

Dear Guruji,

    I have received a letter from Pandit Krishnavarma asking us to open a Hindi class in Madras, under the auspices of the Chennai Jana Sangham. We have already opened a small class. I hope it will be fairly well-attended in due course of time. I shall report its progress, later on.

    We have decided to hold a National Provincial Conference in Madras, on the lines marked out in the Calcutta Congress. What about the next Congress? What has become of our Nationalist Committee? Our Secretary Mr. Chidambaram is just now you know where. Please ask Mr. Kelkar to correspond with our Sangham about the matter.

Yours sincerely,
C. Subramania Bharati

## மேற்கண்ட கடிதத்தின் தமிழாக்கம்:

பால பாரதா
இந்திய தேசியப் புனருத்தாரண மாத வெளியீடு
ஆண்டுச்சந்தா ரூ. 1–8–0 மட்டும்

"பால பாரதா" ஆபீஸ்
திருவல்லிக்கேணி, மதராஸ்
தேதி – 29 மே 1908

ஸ்ரீமான் பி.ஜி. திலக் அவர்களுக்கு,
புனா

அன்பார்ந்த குருஜீ,

சென்னை ஜன சங்க ஆதரவில் சென்னையில் ஒரு ஹிந்தி வகுப்பு துவக்குமாறு கேட்டுக்கொண்டு ஒரு கடிதம் பண்டித கிருஷ்ண வர்மாவிடமிருந்து எனக்கு வந்துள்ளது. நாங்கள் ஏற்கெனவே ஒரு சிறிய வகுப்பு துவங்கியுள்ளோம். போகப் போக அதில் நிறையப் பேர் கலந்துகொள்வார்கள் என்று நம்புகிறேன். அதனுடைய முன்னேற்றம் பற்றிப் பின்னர் தெரிவிக்கிறேன்.

கல்கத்தா காங்கிரஸில் வகுத்த முறைப்படி சென்னையில் ஒரு தேசிய மாகாண மாநாடு நடத்த நாங்கள் முடிவு செய்துள்ளோம். அடுத்த காங்கிரஸ் மகாசபைக் கூட்ட விஷயம் என்ன ஆயிற்று? நமது தேசியக் கமிட்டி என்ன ஆயிற்று? எங்கள் செயலாளர் ஸ்ரீ சிதம்பரம் இப்போது எங்கே இருக்கிறார் என்பதை நீங்கள் அறிவீர்கள். இந்த விஷயம் சம்பந்தமாக எங்கள் சங்கத்துடன் கடிதத் தொடர்பு கொள்ளும்படி ஸ்ரீ கேல்கரிடம் கூறுங்கள்.

தங்களன்புள்ள,
சி. சுப்பிரமணிய பாரதி

○

[*1904* ஆம் ஆண்டு சென்னைக்கு வந்து *சுதேசமித்திர*னில் ஆசிரியர் ஜீ. சுப்பிரமணிய ஐயருடன் உதவி ஆசிரியராகப் பணிபுரியத் தொடங்கிய நாள் முதலாகவே, பாரதியார் காங்கிரஸ் மகாசபையின் தேசியத் தொண்டுகளில் பங்கு கொள்ளலானார். *1905*இல் காசியில் நடந்த காங்கிரஸ் மகாசபைக் கூட்டத்துக்குப் போய், திரும்பும் வழியில் கல்கத்தாவை ஒட்டிய டம் டம்மில் நிவேதிதா தேவியை தரிசித்து வந்த பாரதியாருக்கு, தேச சேவையில் புது உற்சாகம் பிறந்தது. *1906* மே மாதம் *இந்தியா* என்ற தீவிர தேசிய வாரப் பத்திரிகை துவக்கப்பட்டபோது, *மித்திர*னிலிருந்து விலகி *இந்தியா*வின் பொறுப்பாசிரியர் ஆனார் பாரதி.

அவரது தீவிர எழுத்துகளுக்குத் தங்கு தடையற்ற பத்திரிகை கிடைத்துவிட்டதால், அவரது உள்ளத்தில் கனிந்து வளர்ந்து கொண்டிருந்த தேசியக் கருத்துகள் *இந்தியாவுக்குத்* தனி வேகமும் புகழும் பயனுள்ள செல்வாக்கும் தந்தன. தமிழ்ப் பத்திரிகை உலகில் தேசபக்தி வளர்க்கும் புதிய நட்சத்திரமாக ஜொலித்தது *இந்தியா.*

1906 ஜூலை மாதம் ஸ்ரீ ராமகிருஷ்ண பரமஹம்ஸரின் சீடரும் ஸ்வாமி விவேகானந்தரின் சகாவுமான ஸ்வாமி அபேதானந்தர் சென்னைக்கு வந்தார். அபேதானந்தர் மீது தோத்திரப் பாடல் பாடிய பாரதி, 'உபசரணை மட்டும் போதாது, ஸ்வாமிகள் போதிக்கும் தீரத் தன்மையையும் ஐக்கியத் தன்மையையும் பின்பற்ற வேண்டும்' என்று எழுதினார்.

1906ஆம் ஆண்டு இறுதியில் கல்கத்தாவில் கூடிய காங்கிரஸ் மகாசபையின் அக்கிராசனர் தாதாபாய் நவுரோஜி, "சுயராஜ்யமே தேசியவாதிகளின் லட்சியம்" என்று சங்க நாதம் செய்தார்.

1907இல் சென்னை தீவிர தேசியவாதிகளது ஸ்தாபனமான சென்னை ஜன சங்கத்தின் முக்கிய உறுப்பினர்களில் ஒருவராக பாரதி திகழ்ந்தார். இந்தச் சங்கத்தின் சார்பில், 1907இல் எரிமலையொத்த பேச்சாளரும் காங்கிரஸ் தலைவருமான விபின சந்திர பாலர் என்ற வங்கப் பிரமுகரைச் சென்னைக்கு அழைத்துவந்து திருவல்லிக்கேணிக் கடற்கரையில் பேச வைத்தார் பாரதி.

விபின சந்திர பாலரின் பேச்சுகள் தென்னாட்டின் அரசியல் போக்கில் முக்கியத் திருப்பமாக அமைந்தன. தென்னாடு முழுவதும் தீவிர தேசியவாதம் பரவலாயிற்று.

1907 இறுதியில் சூரத் நகரில் கூடிய காங்கிரஸ் மகாசபையில் மிதவாதிகள் காங்கிரஸில் மீண்டும் ஆதிக்கம் செலுத்த முயன்றனர். பாலகங்காதர திலகர், லஜபதி ராய், அரவிந்த கோஷ் முதலிய தீவிரத் தலைவர்கள் இதை எதிர்த்தனர். சூரத் காங்கிரஸ் எவ்வித முடிவுமின்றிக் குழப்பத்தில் முடிந்தது. சூரத் காங்கிரஸுக்குத் தென்னாட்டிலிருந்து சென்ற தீவிரவாதிகள் கோஷ்டி திலகருக்கு அரணாக நின்று உதவியது. இந்த கோஷ்டியை அழைத்துச் சென்றவர்கள் பாரதியாரும் வ.உ. சிதம்பரம் பிள்ளையுமாவர்; இதற்குப் பணவுதவி செய்தவர்கள் மண்டயம் ஸ்ரீநிவாஸாச்சாரியாரும் சகோதரர்களும் ஆவர். இவர்களே *இந்தியா* பத்திரிகையை நடத்தியவர்கள்.

சூரத் காங்கிரஸில் லோகமானிய திலகரை நேரில் சந்தித்து அவரால் ஆட்கொள்ளப்பட்ட பாரதி, சென்னை திரும்பியதும் திலகரது "புதிய கட்சி" என்ற தீவிரக் கட்சியின் உற்சாக

முள்ள பிரசாரகர் ஆனார். *எங்கள் காங்கிரஸ் யாத்திரை, புதிய கட்சியின் கொள்கைகள்* என்ற பிரசுரங்கள் மூலம் திலகர் கட்சிக்கு ஆதரவு தேடினார்.

1907இல் பாரதியாரது தேசியப் பாடல்கள் அடங்கிய நான்கு பக்கப் பிரசுரம் ஒன்று வெளியாயிற்று.

1908 மார்ச் மாதம் நாடெங்கும் "சுயராஜ்ய தினம்" கொண் டாடப்பட்டது. சென்னையில் ஒரு பெரிய ஊர்வலத்தையும் திருவல்லிக்கேணிக் கடல் மணலில் ஒரு பெருங்கூட்டத்தை யும் பாரதியார் நடத்தி வைத்தார். தூத்துக்குடியில் இதே தினத்தைக் கொண்டாட முயன்ற சிதம்பரம் பிள்ளையும் சுப்பிரமணிய சிவாவும் கைது செய்யப்பட்டார்கள்.

ஏற்கெனவே லாலா லஜபதி ராயும் ஸர்தார் அஜீத் சிங்கும் கைது செய்யப்பட்டதற்குத் தொடராக வ.உ.சி., சிவா மீது நடவடிக்கை எடுக்கப்பட்டிருப்பது, இந்தியா வெங்கும் அடக்குமுறை கட்டவிழ்த்து விடப்பட்டதைக் காட்டியது. இந்தச் சந்தர்ப்பத்தில்தான் பாரதியார் திலகருக்கு இக்கடி தத்தை வரைந்துள்ளார். 'எங்கள் செயலாளர் ஸ்ரீ சிதம்பரம் இப்போது எங்கே உள்ளார் என்பதை அறிவீர்கள்' என்ற வாக்கி யம், தென்னாட்டு நிலைமையை சூசகமாக எடுத்துக்காட்டுகிறது.

சென்னையில் தாம் சும்மா இருக்கவில்லை என்பதையும் பாரதி கடிதத்தில் தெரிவிக்கிறார். தேசிய மாகாண மாநாடு நடத்த முயற்சி, அடுத்த காங்கிரஸ் மகாசபைக் கூட்டம் பற்றிய சிந்தனை, ஹிந்தி வகுப்பு இவையெல்லாம் பாரதியின் காங்கிரஸ் தொண்டில் ஒரு பகுதியாகின்றன.

சிதம்பரம் பிள்ளை கைதானது பற்றியும் பாரதி ஏதோ செய்ய முயல்கிறார். திலகரின் உதவியாளர் என்.ஸி கேல்கரைச் சென்னை ஜன சங்கத்துடன் தொடர்பு கொள்ளச் செய்ய வேண்டும் என்றும் கோருகிறார் பாரதி.

1908இன் மையத்தில் பாரதியாரின் *ஸ்வதேச கீதங்கள்* என்ற முதல் பாடல் தொகுதி வெளியாகிறது. 1908 பாரதியாருக்கு மிக முக்கியமான ஆண்டு. பல துறைகளில் அவர் ஓய்வு ஒழிவின்றி உழைத்ததை இக்கடிதத்தின் மூலமும் பிற சான்றுகளாலும் அறிகிறோம்.

இக்கடிதம் எழுதப்பட்ட இரண்டொரு மாதங்களுக்குள் ளாகவே பாரதியாரைக் கைது செய்துவிடக்கூடும் என்ற நிலைமை ஏற்பட்டு விடுகிறது. பெரியவர்களின் புத்திமதிப்படி, பாரதி வேண்டா வெறுப்பாகப் புதுச்சேரிக்குப் போய் விடுகிறார். அவர் வாழ்க்கையில் 1908 ஒரு பெரிய திருப்பம்.]

●

ரா. அ. பத்மநாபன்

# 5

## பிரிட்டிஷ் தொழிற்கட்சித் தலைவர் ராம்ஸே மக்டானல்டுக்குக் கடிதம், 1914

*[பிரிட்டிஷ் பார்லிமெண்டு அங்கத்தினரும் தொழிற்கட்சித் தலைவருமான ராம்ஸே மக்டானல்டுக்கு, 1914 பெப்ருவரியில் பாரதி புதுவையிலிருந்து ஒரு நீண்ட ஆங்கிலக் கடிதம் எழுதினார். இக்கடிதம் சென்னை ஹிந்து பத்திரிகையில் முழுதாக வெளிவந்தது, 'இந்தியாவில் போலீஸ் ஆட்சி' என்ற தலைப்புடன்.*

*இக்கடிதம் ஹிந்து பத்திரிகையில் வெளிவந்ததும், இதுபற்றி சென்னை சட்ட சபையில் கேள்வி கேட்கப்பட்டது. சேலம் பி.வி. நரஸிம்ம ஐயர் பின்வரும் கேள்வியைக் கேட்டார்:*

*கேள்வி: (அ) ஹிந்து பத்திரிகை 1914, பெப்ருவரி 14 இதழில் வெளியான 'இந்தியாவில் போலீஸ் ஆட்சி' என்ற கடிதத்தை அரசாங்கம் கவனித்துள்ளதா? (ஆ) அக்கடிதத்தில் குறிப் பிட்டப்படி ஸ்ரீ. சுப்பிரமணிய பாரதி தமக்கு இனியும் போலீஸ் தொல்லை இருக்கலாகாதென மேன்மை தங்கிய கவர்ன ருக்கு வேண்டுகோள் விடுத்தது உண்மையா? (இ) இதுபற்றி விசாரணை ஏதும் நடந்ததா? என்ன வெளியாயிற்று? என்ன முடிவாயிற்று? (ஈ) ஸ்ரீ பாரதியாரின் 'பெடிஷ'னும் அதன் மீதான அரசாங்க உத்தரவும் சபையின் முன் வைக்கப்படுமா?*

*இதற்குச் சென்னை அரசாங்கத்தின் சார்பில் அளிக்கப்பட்ட பதிலாவது:*

*பதில்: (அ) குறிப்பிடப்பட்ட கடிதத்தை அரசு பரிசீலித்தது. (ஆ) மேதகு கவர்னரின் சமூகத்துக்கு அனுப்பப்பட்ட 'பெடிஷன்'கள், வழக்கப்படி சட்ட இலாகாவுக்கு அனுப்பப் பெற்றன. (இ) எவ்வித விசாரணையும் நடத்தப்படவில்லை.*

*இந்த நபர் நீதிக்குப் பயந்து தப்பி ஓடியவர்; தம்மைப் பற்றி நீதிப்படி விசாரணை நடத்தவேண்டுமென விரும்பு வாரானால், அவர் பிரிட்டிஷ் இந்தியாவுக்குத் திரும்பட்டும்;*

நீதி விசாரணை நடத்தப்படும். (ஈ) 'பெடிஷ'னும் உத்தரவும் சபை முன் வைக்கப்பட மாட்டா.

1908இல் சென்னையில் பாரதியார் *இந்தியா* பத்திரிகை பொறுப்பாசிரியராக இருந்த சமயம், தம்மைக் கைது செய்ய உத்தரவு வரலாமென்ற நிலையில், உத்தரவு வருமுன்பே புதுச்சேரிக்குப் போய்விட்டார். அவர் மீது கைது வாரண்டு ஏதும் கிடையாது என்பதுதான் 1910 நவம்பர் வரை இருந்த நிலை. 1911 ஜூலையில் வாஞ்சிநாத ஐயர் கலெக்டர் ஆஷ் துரையைச் சுட்டுக் கொன்றபோது, பாரதியார் உட்பட சிலர் மீது கைது உத்தரவுகளும், பிடித்துத் தருபவர்களுக்கு ரூ. 1000 பரிசு தருவதான அறிக்கையும் வெளியாயின. ஆஷ் கொலை வழக்குக் குற்றவாளி ஒருவர் பையில் பாரதியார் எழுதிய காதற் பாட்டொன்றும் சமூகக் கதை ஒன்றும் இருந்ததே ஆஷ் கொலை நடக்க பாரதியும் சதி செய்தாரோ என்று போலீஸ் சந்தேகிக்கச் சாக்குப் போக்காயிற்று.

இவற்றையும், புதுச்சேரியில் பிரிட்டிஷ் போலீஸ் உளவாளிகள் செய்துவந்த அட்டகாசங்களையும் சுட்டிக்காட்டி, பிரெஞ்சு கவர்னர்களே தமது நடவடிக்கைகள் நேர்மையான, சட்ட பூர்வ மானவை என்று பாராட்டியிருந்தும் பிரிட்டிஷ் உளவாளிகள் தம்மைப் பாடுபடுத்துகிறார்கள் என்று பாரதியார் இக்கடிதத்தில் விவரமாக எடுத்துக் காட்டியுள்ளார்.

பாரதியாரது புதுவை வாழ்வைப் பற்றிய முதல் தரமான விவரங்கள் பாரதியாரது வாய்மொழியிலேயே இக்கடிதத்தில் உள்ளன. வ.ரா., ஸ்ரீநிவாஸாச்சாரியார் முதலிய பாரதி நண்பர்கள் தெரிவித்துள்ள தகவல்களுக்கு, இக்கடிதத்தில் பாரதியாரின் வாக்கிலேயே ஆதாரங்கள் கிடைப்பது விசேஷம். பாரதியார் தமது கடிதத்தை அதிகாரபூர்வமாக அனுப்பச் செய்த முயற்சிகளும் அவை பலனளிக்காமல்போனதும்கூட இக்கடிதத்தில் வெளியாகின்றன. இக்கடிதத்தின் ஆங்கில மூலமும், தொடர்ந்து தமிழாக்கமும் தரப்படுகின்றன.]

# Police Rule in India

Bharati's Letter to Mr. Ramsay MacDonald, M.P.,
British Labour Leader

Dear Sir,

From the middle of the year 1906 to the month of August 1908, I was working as a special contributor to a weekly Tamil Journal, the *India* by name, which was published in Madras. In the latter year, the

Government of Madras thought it fit to prosecute that Journal for sedition.

I was not the person responsible for the conduct of the Journal and so, of course, they sent another man to gaol.

In my lectures, poems and pamphlets, I represented the advanced section of the party of constitutional reform. I quitted Madras a few days after the *India* prosecution commenced, as many of my friends informed me that keen disappointment was felt by some high placed officials at their inability to find something which would enable them to send me to prison and that the Police were trying to fabricate false evidence against me. An impartial and thorough student of the history of our times like yourself could not but be aware how mercilessly and deliberately the peaceful nationalist movement was suppressed in that year, thus making room for what neither the Government nor the Nationalists really wanted, viz. Terrorist violence.

My public utility was thus unexpectedly checked - let me hope, temporarily - and I had no special love for the interesting role of a martyred victim to official blindness and Police lies. I, therefore, sought refuge under the French flag in Pondicherry.

### My Pondicherry Activities

After I came to Pondicherry, I was living as an independent Journalist, not attached to any particular paper but receiving money from various newspapers for signed articles. I challenge the Government of Madras to produce a single article signed by me which any impartial court could pronounce guilty under the law.

### No Warrant Against me in 1910

In the month of November 1910, I wrote a letter to the Commissioner of Police, Madras, asking if there was any warrant against me in British India. The Commissioner sent a reply assuring me that there was none. And so I became confident that the Madras Government had no longer any grudge against me. Subsequently the Pondicherry journals, with some of which I had already severed my connections, were proscribed by the British Government.

### The Ashe Murder

In the month of July 1911, Collector Ashe of Tinnevelly District, was shot dead by a Brahmin, Vanchi Iyer, and as though to encourage the inventive skill of the Madras Police, Vanchi Iyer committed suicide, leaving no clue whatsoever as to the possible abetters.

The lower Police, to whom, by the way, political motives and political crimes were, and still are, as strange and unfamiliar as Differential Calculus, at once imagined that the newspapermen who had been talking "Swadeshi" on the sands of the Madras Beach three years before must be at the bottom of the whole thing; for, had they not shown their bias for disregarding the law by refusing to swallow the benefits of that angelic Section 124-A of the Indian Penal Code as interpreted by the Pinheys of the day?

During the trial of the Ashe murder case at the Madras High Court, I could get some glimpses into the sort of "evidence" which made the Police suspect me as a possible abetter.

It would appear that some of the so called "Conspirators"- the charge of any conspiracy to murder Mr. Ashe, be it noted, broke down in the course of the trial and was abandoned by the Government - had with them copies of a harmless love poem and a social reform novelette written by me. It must also be mentioned that the particular men in whose possession these books were found were acquitted by the Court as nothing could be found to connect them with even the general "conspiracy" on which charge some of their fellow accused were ultimately sent to gaol.

The only charge which the Police could maintain against these acquitted men was that they were found in possession of books published by me! And, of course, I was guilty because they had my book! Q.E.D.

### More Evidence Against Me

Another thing which came to light during the trial was that Vanchi Iyer was alleged by one prosecution witness to have made a visit to Pondicherry months before he committed the murder. This was, of course, disconcerting news, but that witness - a post-office clerk who was well-known here as a friend of the spies - was not corroborated by any independent witness among the citizens of Pondicherry, and what is more to the point just at present is that even this worthy clerk could not dare to so much as suggest that Vanchi Iyer came to my house or was seen in my company at any time.

With such wonderful "evidence" in their hands, the Police got warrants issued against all the refugees in Pondicherry, making a noteworthy exception in the case of my friend, Mr. Aurobindo Ghose, evidently because they thought he was too powerful a personality to play such vulgar tricks against.

Our names were proclaimed in British India and reward of a thousand rupees was offered for the capture of any of us. I naturally wanted to protest.

### British Police in Pondicherry

But, in the meanwhile, as a result of some mysterious agreement between the British and French Government, a Company of Policemen, about 200 strong in the earlier months, was posted in Pondicherry to watch the movements of all the refugees. You will be interested to know that these policemen have peculiar ideas of surveillance. They started rumours among the more ignorant classes in Pondicherry that they had come to occupy the town, that the French were going to give up the entire colony and so on.

(Note: As a matter of fact, the question of the cession of some French towns in India to the English was seriously considered by some French Ministers about this period, but the British police made too much capital out of it. - C.S.B.)

French citizens in Pondicherry were openly made to understand that if anyone among them should live on friendly terms with us, he would be sent to prison the moment he set his foot on British India soil. And, in order to make these threats effective, the British Police actually arrested some Pondicherrians at Villupuram, of course without assigning any valid reason; and they would have continued the game for a much longer period had not my good friend, M. Paul Bluysen, that true souled son of France and faithful Depute for India in the French Chamber, intervened and put an end to their dirty tricks by vigorous and timely action.

Later on, they said they were going to use personal violence against some of us and carry us away by force. A few adventurous Sub-Inspectors tried to influence some local rowdies to injure us. In one case, at any rate, there was a midnight visit from the rowdies and my own house was looted and robbed in my absence by men who afterwards confessed the guilt and whom everybody knew to be the hirelings of the British spies.

### They Charge Us of "Conspiracy"

Later on, in the month of April 1912, two local informers who were proved to be in the pay of the British Police stationed here - the same force that induced the Government of Madras to issue warrants against us on the charge of conspiracy - brought in accusation against myself and some other refugees charging us of a criminal conspiracy to murder all Europeans (of course, including the French).

But the French Magistrates were not nervous fools and they could see, after due investigation, that the whole thing was a clumsy conspiracy engineered by the British Police, and the JUGE d' instruction said this in so many words, any number of times during the trial. Some other time I shall communicate to you, in full, the long tale of that ludicrous conspiracy; suffice it now to remark that the affair satisfied everyone in Pondicherry as to the absolute legality of our life and activities here and also demonstrated once again the old, old truth that villainy ceases to be clever after it reaches a certain depth. For, the charges against us were sought to be established by devices as stupid and absurd as they were cruel and mean.

### Why I could not protest at that time

So the British police continued to stay here and I may add that they are still with us although in a much lesser number than before, and are overwhelming us with the kindness of their well - mannered attentions.

To resume my narrative, I wanted to protest against the drastic measures which the Government of Madras had so lightly adopted against me, but found myself unable to do so as the local Post Office (under British Control) was at that time openly in alliance with the company of spies.

### My Letter to Lord Carmichael

In fact, I had penned a long letter to the then Governor of Madras, explaining my political views and programmes and inviting the Government to consult highplaced Indians of my acquaintance both in Madras and Pondicherry, in whom the Government had confidence, about the real nature of my thoughts and aspirations, in case the Government could not be satisfied with the mere legal and dignified policy of judging a man by his public acts and utterances.

I also pointed out that even in 1908 when I was in the full swing of my political activities, the Madras Government had no warrant against me, and that it was very queer that on the reports of policemen whose partiality for lying and concoction I could prove by documents in my possession - copies of a few I had annexed as a supplement to my letter to H. E. The Governor of Madras - of policemen whose utter incapacity for political detective work ought to be, by this time, abundantly clear to any intelligent administrator, a warrant should have been issued against me, after three years of my enforced retirement from public work under a foreign flag and in a small town where the nature of my occupation could be ascertained from any responsible citizen.

### The Too Formal Consul Anglais

I then approached the local British Consul with a request that the letter be forwarded to H. E. the Governor of Madras. That gentleman returned the letter to me, after keeping it with himself for more than a week, with the intimation that it would be against the rules if he rendered me that service. The local Post Office I could not trust. And, in those days, the 200 new faces of the British spies and liberties that they assumed for themselves had produced such a sensation here that no Pondicherrian cared to have any sort of relations with the - a state of affairs which came to an end only when the spies began to overdo the thing and familiarised everyone to their gentle ways by spying on some of the French citizens. And thus it happened that I had no means even of sending up a protest against what I held as the iniquitous and very thoughtless persecution to which I was subjected and against the lies, which I had good reason to suspect, the spies were sending against me, day after day to the authorities in Madras.

### Lord Pentland and a Better Atmosphere

After the arrival of Lord Pentland, Governor of Madras, I noticed a partial change in the atmosphere of the local Post Office and concluded, rightly, that the influence of the spies on the Postal service had gone down considerably.

This encouraged me to write a long appeal to H. E. Lord Pentland and send it by post.

In that appeal, I narrated all the facts of my case, also appending copies of certain documents which, I felt sure, would give His Excellency insight into the character of the lower police and their happy freedom from all notions of legality and moral rectitude. I stated very clearly to H. E. that I kept my nationalist opinions intact and unshaken but I merely protested against the adoption of cruel and unjust measures against me while I was far away from the field of political struggle and living a quiet but open life under a foreign flag, on the mere strength of vague suspicions.

The constitutional movement, as I have already remarked, had received a temporary check and so, I, like some others, finding that I could not render any service to my countrymen by remaining in British territory but merely endanger my personal freedom and security chose to exile myself to a foreign realm.

The local (French) Governors have again and again expressed to me, in the course of personal interviews, their perfect satisfaction as to the legality and innocent nature of my private and public life here. I have been living in Pondicherry for more than five years now.

And because a crime is enacted about three years after I left British India, in some obscure corner of a far-off district, where a previous Collector had incurred unpopularity (in the "Tinnevelly Riots" affair), the British Government, on the advice of the lower police issues a warrant against me on the charge of conspiracy while the same charge of conspiracy brought against me by the hirelings of the same police people was, after a long and painfully sifting enquiry (including house searches and all that sort of thing) dismissed as frivolous and baseless by the Local Magistrate who had a much better opportunity of ascertaining my life and character than the Government of Madras.

### *Absurd and Unjust*

I wish I had sufficient power of language to depict the whole absurdity and injustice of the thing. I have heard and read about many countries and I may record my sincere conviction that nowhere in the world is the sacredness of the individual liberty more cynically ignored than in Madras and certain other Provinces of India. I hope and guess that Lord Pentland sincerely desires to remove this blot from the administration of the Presidency entrusted to his charge. At any rate, his written assurances to me that the matter would be enquired into by the Judicial Department make me believe that he is not totally callous to the infliction of private wrongs in the name of public policy.

But I am beginning to fear that His Excellency's hands are stayed in this matter by the reactionary elements in his new environment.

And I make this appeal to you, Sir, who as chief of the Labour Party and as a very sober and thoughtful statesman wield a considerable influence for good on English public opinion, to do all you can in the way of strengthening Lord Pentland's hands in rendering me justice, and in withdrawing the measures adopted against me on the strength of incredible, absurd and unscrupulous reports.

Pondicherry                                    SUBRAMANIA BHARATI

## இந்தியாவில் போலீஸ் ஆட்சி

ஐயா,

1906 ஆகஸ்ட் முதலாக நான் சென்னையில் *இந்தியா* என்ற தமிழ் வாரப் பத்திரிகையின் விசேஷ விஷயதான உதவியாளராக வேலை பார்த்து வந்தேன். இது ஆகஸ்ட் 1908 வரை நீடித்தது. அந்த ஆண்டு சென்னை அரசு அந்தப் பத்திரிகை மீது ராஜத் துரோகக் குற்றத்துக்காக நடவடிக்கை தொடுத்தது.

பத்திரிகையை நடத்தியவன் நானல்ல ஆதலால், பொறுப்பான வேறு ஒரு நபரை அவர்கள் சிறைச்சாலைக்கு அனுப்பினார்கள்.

என்னுடைய பொது மேடைப் பேச்சுக்களிலும் சரி, பத்திரிகை எழுத்துக்களிலும் சரி, அச்சுப் பிரசுர வெளியீடுகளிலும் சரி, நான் இந்திய விடுதலைக்காகச் சட்டபூர்வமாகப் பாடுபடும் ஒரு கட்சியின் முற்போக்கு அணியின் கருத்துக்களையே பிரதிபலித்தேன்.

*இந்தியா* பத்திரிகைமீது நடவடிக்கை துவக்கப்பட்ட சில தினங்களில் நான் சென்னையை விட்டு வெளியேறினேன். ஏனெனில், என்னை எப்படியாவது உள்ளே தள்ளவேண்டுமென்று நினைத்த பல உயர் அதிகாரிகளுக்கு என்மீது எவ்வித தவறான சாட்சியமும் கிடைக்காமல் போகவே, அவர்கள் பெருத்த ஏமாற்ற மடைந்து, போலீஸார் மூலம் என்மீது பொய்ச் சாட்சி தயாரிக்க முற்பட்டிருப்பதை நான் அறிந்ததே காரணமாகும். அந்த ஆண்டில் இந்தியாவில் அமைதியான தேசிய இயக்கம் எவ்வாறு கருணையின்றித் திட்டமிட்டு ஒடுக்கப்பட்டது என்பது நடுநிலைமையாளரும் விஷயங்களை நன்கு அலசி ஆராய்பவருமான உங்களைப் போன்றவர்கள் நன்கு அறிந்ததே. அரசாங்கத்தின் இந்தப் போக்கினால், அரசாங்கமோ, தேசியவாதிகளோ, யாருமே விரும்பாத பயங்கர பலாத்கார இயக்கத்துக்கே வழி ஏற்பட்டது.

என் பொது நலத்தொண்டு இவ்வாறு தடைப்பட்டுப் போனதனாலும் – தாற்காலிகமாகவே என்று நம்புகிறேன் – குருட்டுத் தனமான அதிகார வர்க்கத்துக்கும் போலீஸ் புளுகுகளுக்கும் பலியாவதென்ற பெருமையை நான் விரும்பாததாலும், நான் புதுச்சேரி சென்று பிரெஞ்சு ஆட்சியில் அடைக்கலம் புகுந்தேன்.

### எனது புதுச்சேரி நடவடிக்கைகள்

புதுச்சேரிக்கு வந்ததும், நான் சுயேச்சையான பத்திரிகை எழுத்தாளனாக வாழலானேன். எந்த ஒரு பத்திரிகையிலும் பதவி வகிக்காமல், என் பெயரில் எழுதும் விஷயங்களுக்குப் பணம் பெற்று வாழலானேன். நான் என் பெயரில் எழுதி வெளியிட்டுள்ள எந்த ஒரு விஷயத்திலாவது சட்ட விரோதமான எவ்விஷயமாவது

இருக்கிறதென நடுநிலையான எந்த ஒரு மன்றத்திலாவது நிரூபிக்க முடியுமா என்று நான் சவால் விடுகிறேன்.

### 1910இல்கூட என்மீது வாரண்டு இல்லை

1910 நவம்பர் மாதம் நான் சென்னைப் போலீஸ் கமிஷனருக்கு ஒரு கடிதம் எழுதி, என்மீது பிரிட்டிஷ் இந்தியாவில் ஏதாவது வாரண்டு உண்டா என்று கேட்டேன். போலீஸ் கமிஷனர் எனக்கு அனுப்பிய பதிலில், என்மீது எவ்வித வாரண்டும் இல்லை என்று உறுதி கூறினார். என்மீது சென்னை அரசுக்கு எவ்வித ஆத்திரமும் கிடையாது என்று அறிந்து மகிழ்ந்தேன். இதற்குப் பின்னர், நான் விஷயதானம் செய்துவந்த சில பத்திரிகைகள் உள்பட பல புதுச்சேரிப் பத்திரிகைகள் பிரிட்டிஷ் இந்தியாவில் நுழையாதபடி தடைகள் விதிக்கப்பட்டன.

### ஆஷ் கொலை

1911 ஜுலை மாதம், திருநெல்வேலி கலெக்டர் ஆஷ் வாஞ்சி ஐயர் என்ற பிராமணரால் சுட்டுக் கொல்லப்பட்டார். சென்னைப் போலீஸாரின் கற்பனைத் திறனுக்கு நல்ல வாய்ப்பளிப்பது போல, தமது செயலில் வேறு யாராவது உடந்தையாக இருந்தார்களா என்று அறிய முடியாதபடி வாஞ்சி ஐயர் தம்மைத்தாமே சுட்டுக் கொண்டு மாய்ந்தார்.

போலீஸின் கீழ் மட்டத்தில் உள்ள சேவகர்களுக்கு அரசியல் நோக்கங்களும் அரசியல் குற்றங்களும் 'டிஃபரன்ஷியல் கால்குலஸ்' என்ற கணிதப் புதிர்போல, ஒன்றுமே புரியாத விஷயங்கள் என்பது பிரசித்தம். ஆகையால், அவர்கள் உடனே மூன்று வருஷங்களுக்கு முன்பு சென்னைக் கடற்கரை மணலில் சுதேசியம் பேசிய பத்திரிகைக்காரர்களே இந்தக் கொலைக்கு ஆதிகாரணம் என்று தீர்மானித்து விட்டார்கள்! அந்தப் பத்திரிகைக்காரர்கள் 124–ஏ ஸெக்ஷன் என்ற ராஜத்துரோக சட்டத்தின் நன்மைகளை அப்படியே ஏற்றுக் கொள்ளவோ, அந்தச் சட்டத்தை பின்ஹே நீதிபதி போன்ற "மகான்"கள் அமுல் செய்த விதத்தை ஏற்றுக்கொள்ளவோ மறுத்தார்களல்லவா! அவர்கள் குற்றவாளிகளாகத் தானே இருக்க வேண்டும்!

சென்னை உயர்நீதி மன்றத்தில் ஆஷ் கொலை வழக்கு விசாரணை நடந்தபோது, போலீஸார் எத்தகைய "சாட்சியங்களை"க் கொண்டு என்னை அக்கொலைக்கு உடந்தையெனக் கருதினார்கள் என்பது தெளிவாயிற்று.

ஆஷ் துரையைக் கொலை செய்யச் சதி நடந்தது என்ற குற்றச்சாட்டு வழக்கு விசாரணையில் ஆதாரமற்றதென நிரூபணமாகி விட்டது. சென்னை அரசும் முடிவில் இந்தச் சதிக் குற்றச்சாட்டைக் கைவிட்டு விட்டது. இந்த வழக்கில், என்னை சந்தேகிக்கக் காரணம்,

சதி செய்தவர்களெனப்பட்ட சிலரிடம் நான் எழுதிய அப்பாவித் தனமான காதல் பாட்டு ஒன்றும் ஒரு சமூக சீர்திருத்தச் சிறுகதையும் இருந்தன என்பதேயாகும்!

எந்தக் "குற்றவாளி"களிடம் எனது எழுத்துக்களின் பிரதிகள் இருந்தனவோ, அவர்கள் எல்லோரும் வழக்கில் எவ்விதக் குற்றமும் புரியவில்லை, ராஜத்துரோகச் சதி செய்ததாகத் தண்டிக்கப்பட்ட மற்றவர்களைப் போல எவ்விதக் குற்றமும் புரியவில்லை என்று அவர்கள் எல்லோரும் சென்னை உயர்நீதி மன்றத்தால் விடுதலை செய்யப்பட்டார்கள்.

ஆகவே போலீஸார் அவர்கள் மீது கொண்டுவந்து நிரூபண மான ஒரே விஷயம் அவர்களிடம் எனது பாட்டின் பிரதியும் சிறுகதையின் பிரதியும் இருந்தன என்பதுதான். அவர்களிடம் அவை இருந்ததால் நான் குற்றவாளி! அப்படித்தானே!

## என்மீது மேலும் "குற்றச்சாட்டுகள்"

ஆஷ் வழக்கு விசாரணையில் வெளியான மற்றொரு விஷயம், கொலைக்குப் பல மாதங்களுக்கு முன்பு அவர் புதுச்சேரிக்கு வந்தார் என்பதாகும். ஆனால் அவரைப் புதுச்சேரியில் பார்த்த தாகப் போலீஸ் சார்பில் சாட்சியமளித்த தபால் ஆபீஸ் குமாஸ்தா கூட, அவர் போலீஸ் உளவாளிகளின் நெருங்கிய நண்பராக இருந்தும்கூட, வாஞ்சி ஐயர் என் வீட்டுக்கு வந்தார் என்றோ, என்னைச் சந்தித்து என்னுடன் காணப்பட்டார் என்றோ சொல்லத் துணியவில்லை. இந்த குமாஸ்தாவின் சாட்சியத்திற்கு ஆதாரமாக வேறு எவரும் சாட்சியம் சொல்லவுமில்லை.

இவ்வளவு அதிசயமான "சாட்சியங்கள்" தம் வசம் வைத்துக் கொண்டு, சென்னைப் போலீஸார் புதுச்சேரியிலுள்ள எல்லா "சுதேசி" தலைவர்கள் மீதும் கைது வாரண்டுகள் பிறப்பிக்கச் செய்து விட்டார்கள். அரவிந்தர் ஒருவரை மட்டும் விட்டு விட்டார்கள். அவர் பெரிய தலைவர், அவரிடம் இவ்வாறு அசட்டுத்தனமான விஷமம் செய்வது ஆபத்து என்று நினைத்தார்கள் போலும்.

இதைத் தொடர்ந்து, எங்களது பெயர்களை "பிரிட்டிஷ் இந்தியாவில் தேடப்பட்டு வருபவர்கள்" என அறிவித்தார்கள். எங்களில் யாரைப் பிடித்துக் கொடுத்தாலும் ஆயிரம் ரூபாய் பரிசு தருவதாக அறிவித்தார்கள்.

இதையெல்லாம் கண்டித்து மறுதலிக்க நான் விரும்பினேன்.

## புதுச்சேரியில் பிரிட்டிஷ் போலீஸ்

இதற்குள்ளாக பிரிட்டிஷ் அரசாங்கத்துக்கும் பிரெஞ்சு அரசாங் கத்துக்கும் ஏற்பட்ட ஒரு மர்மமான உடன்பாட்டினால், புதுச்சேரி

யிலுள்ள பிரிட்டிஷ் இந்திய "சுதேசி" தலைவர்களைக் கண்காணிப் பதற்காக ஒரு பிரிட்டிஷ் இந்தியப் போலீஸ் படை அனுப்பப்பட் டது. இப்படையில் ஆரம்பத்தில் 200 போலீஸ்காரர்கள் இருந்தனர். வேவு பார்ப்பது பற்றி இந்தப் போலீஸ்காரர்கள் கொண்டிருந்த கருத்தே விந்தையானது என்பதை அறிய வியப்பீர்கள். அவர்கள் புதுச்சேரியிலுள்ள அறியாப் பாமர மக்களிடம் தாங்கள் புதுச் சேரியைப் 'பிடித்துக்கொள்ள' வந்திருப்பதாக வதந்தி பரப்பினார்கள். பிரெஞ்சுக்காரர்கள் புதுச்சேரியையே பிரிட்டிஷாரிடம் தந்துவிடப் போவதாகவும் வதந்தி பரப்பினார்கள்.

(குறிப்பு: உண்மையில் இந்தியாவிலுள்ள பிரெஞ்சு ஆதிக்க நகரங்கள் சிலவற்றை பிரிட்டிஷார்வசம் ஒப்புவிப்பது பற்றிச் சில பிரெஞ்சு மந்திரிகள் சிந்தித்ததுண்டு. ஆனால் பிரிட்டிஷ் போலீ ஸாரோ, அதை மிகைப்படுத்தித் தங்களுக்கு சாதகமாகப் பிரசாரம் செய்தார்கள். – சி.சு.பா.)

இத்துடன் புதுச்சேரியிலுள்ள பிரெஞ்சு குடிகளையும் அவர்கள் பயமுறுத்தினார்கள். புதுவையிலுள்ள எங்களுடன் நேசமாக இருந் தால் அந்தப் பிரெஞ்சுக் குடிகள் பிரிட்டிஷ் எல்லைக்குள் போகும் பட்சத்தில், எல்லையை மிதித்தவுடனே கைது செய்யப்படுவார்கள் என்று பயமுறுத்தினார்கள். இந்த பயமுறுத்தல் உண்மையானது என்று காட்ட விழுப்புரம் சென்ற புதுச்சேரிக்காரர்கள் சிலரை அவர்கள் கைது செய்யவும் செய்தார்கள். இந்த மாதிரி நடவடிக்கை கள் மேலும் தொடர்ந்து நடந்திருக்கும். நல்ல வேளையாக, எனது நல்ல நண்பரும், உண்மையான பிரெஞ்சுக் குடிமகனும், பிரெஞ்சு பார்லிமெண்டில் புதுச்சேரியின் பிரதிநிதியுமான முஸ்யே பால் ப்ளூஸன் இடைமறித்து, இந்த அக்கிரமச் செயல்களுக்கு முற்றுப் புள்ளி வைக்கச் செய்தார்.

இதன் பிறகு, பிரிட்டிஷ் வேவுகாரர்கள் எங்கள் மீது பலாத் காரம் உபயோகிக்கப் போவதாகவும், எங்களில் சிலரை பலாத்கார மாகத் தூக்கிச் சென்றுவிடப் போவதாகவும் சொல்லிவந்தார்கள். துணிந்த சில பிரிட்டிஷ் இந்திய ஸப் இன்ஸ்பெக்டர்கள், உள்ளூர் ரவுடிகள் எங்களைத் தாக்கித் தீங்கிழைக்குமாறு செய்ய முயன்றார் கள். ஒரு நாள் நள்ளிரவில், ரவுடிகள் என் வீட்டுக்கு வந்து நான் இல்லாத சமயம் வீட்டைக் கொள்ளையிட்டுச் சென்றார்கள். பிரிட் டிஷ் வேவுகாரர்களின் கைக்கூலிகள் என யாவருமறிந்த இந்த ரவுடி களில் சிலர் பின்னர் இதை பகிரங்கமாக ஒப்புக்கொண்டார்கள்.

## எங்கள் மீது 'சதி'க் குற்றச்சாட்டு

1912 ஏப்ரல் மாதம், நானும் வேறு சில சுதேசிகளும் பிரெஞ்சுக் காரர்கள் உள்ளிட்ட எல்லா வெள்ளையரையும் படுகொலை செய்யச் சதித்திட்டம் வகுத்துள்ளதாக இரண்டு உள்ளூர் கைக்கூலி

கள் குற்றம் சாட்டினார்கள். என் மீது சதிக்குற்றம் சாட்டி சென்னை அரசு வாரண்டு பிறப்பிக்கச் செய்த அதே பிரிட்டிஷ் போலீஸ் ஆட்களின் கைக்கூலிகள்தாம் இவர்கள்.

ஆனால், பிரெஞ்சு மாஜிஸ்ட்ரேட்கள் பயந்தாங்கொள்ளி முட்டாள்களல்ல. தீர விசாரணை செய்த அவர்கள் இதெல்லாம் பிரிட்டிஷ் போலீஸாரின் பைத்தியக்கார சூழ்ச்சி என்பதைத் தெளிவுறக் கண்டுகொண்டார்கள். வழக்கின்போது பல தடவை இதைச் சொல்லித் தீர்த்தார்கள்.

நான் வேறொரு சமயம் முட்டாள்தனமான இந்தப் போலீஸ் சூழ்ச்சியைப் பற்றி விரிவாக உங்களுக்கு எழுதுகிறேன். தற்சமயத்துக்கு, எங்கள் மீது சுமத்தப்பட்டவையெல்லாம் அபாண்டமான பொய்கள் என்பது புதுச்சேரி அதிகாரிகள் யாவராலும் ஏற்கப்பட்டு விட்டது என்பதும், நாங்கள் வாழும் வாழ்வும் மேற்கொள்ளும் நடவடிக்கைகளும் யாவும் அப்பழுக்கின்றி, சட்டபூர்வமானவையே என்று அவர்கள் திருப்தியடைந்து விட்டனர் என்பதும் போதும். அளவுக்கு மீறினால், திருட்டுத்தனமான அக்கிரமம் பலனற்றுப் போகிறதென்ற பழைய உண்மை இவ்வாறு மீண்டும் நிரூபணமாயிற்று.

### நான் சமயத்தில் கண்டிக்க முடியவில்லை

இதன் பின்னரும் பிரிட்டிஷ் போலீஸார் இங்கே தங்கியிருக்கிறார்கள். எங்களைத் தொந்தரவு செய்வதும் நீங்கியபாடில்லை. ஆனால் அவர்கள் எங்களிடம் காட்டும் “பரிவு” முன்னைவிடக் குறைந்துள்ளது.

சென்னை அரசாங்கம் என்மீது கொடிய நடவடிக்கைகளை எவ்வளவு அலட்சியமாக மேற்கொண்டுள்ளது என்று நான் அப்போதே கண்டிக்க விரும்பினேன். ஆனால், புதுச்சேரித் தபால் ஆபீஸ் பிரிட்டிஷார் வசம் உள்ளது. அப்போது பிரிட்டிஷ் வேவுகாரர்களுக்கு உடந்தையாயிருந்தபடியால் முடியவில்லை.

### லார்டு கார்மிக்கேலுக்கு என் கடிதம்

ஆயினும் நான் அப்போது சென்னை கவர்னராக இருந்த லார்டு கார்மிக்கேலுக்கு ஒரு நீண்ட கடிதம் எழுதினேன். எனது அரசியல் கொள்கைகளை விளக்கி, எனது நடவடிக்கைகளை விவரித்து, சென்னையிலும் புதுச்சேரியிலும் தங்கள் நம்பிக்கைக்குகந்த இந்தியப் பிரமுகர்களிடம் அரசாங்கம் என்னைப் பற்றி விசாரிக்கலாம் என்று தெரிவித்திருந்தேன். ஒரு மனிதனது பொதுப் பேச்சுக்கள் நடவடிக்கைகளின் மூலம் அவனைக் கணிப்பதே சட்ட பூர்வமானதும் கண்ணியமானதுமாகும். பிரிட்டிஷ் அரசு இதைச் செய்ய விரும்பாவிடில், குறைந்தது எனது லட்சியங்கள் பற்றிப் பிறரிடமாவது விசாரிக்கலாம் என்று சொல்லியிருந்தேன்.

மேலும், 1908இல் சென்னையில் நான் முழுமூச்சுடன் அரசியலில் ஈடுபட்டிருந்த சமயத்தில்கூடச் சென்னை அரசாங்கம் என்மீது எவ்வித வாரண்டும் பிறப்பிக்கவில்லை என்பதையும், பொய் சொல்வதே சகஜமான போலீஸாரின் பேச்சைக் கேட்டு, பொய் என்று நான் சாட்சியத்தோடு நிரூபிக்கக் கூடிய அவர்களது அறிக்கைகளை நம்பி மூன்று ஆண்டுகளுக்குப் பின் நான் பொது வேலையிலிருந்து விலகி, அந்நிய அரசு ஒன்றின் கொடியின்கீழ் அடைக்கலம் புகுந்திருந்த சமயம் என்மீது வாரண்டு பிறப்பித்தது அநீதி என்றும் எடுத்துரைத்திருந்தேன். போலீஸ்காரர்கள் அரசியல் வேவு வேலைக்கு லாயக்கற்றவர்களல்ல என்பது இதற்குள் எந்த நிர்வாகத் தலைவருக்கும் தெரிந்திருக்க வேண்டும்; என்னைப் பற்றிய உண்மை புதுச்சேரியிலுள்ள பொறுப்பான யாரைக் கேட்டாலும் தெரிய வருமே என்றும் கூறியிருந்தேன், போலீஸாரின் பொய்களை அம்பலப்படுத்தும் சாட்சியங்களின் நகல்களையும் என் கடிதத்துடன் கவர்னருக்கு அனுப்பியிருந்தேன்.

### உதவ மறுத்த பிரிட்டிஷ் கான்ஸல்

இந்தக் கடிதத்தைச் சென்னை கவர்னருக்கு அனுப்பி உதவுமாறு நான் புதுவையிலிருந்த பிரிட்டிஷ் கான்ஸலை அணுகினேன். அவர் கடிதத்தைத் தம்மிடம் ஒரு வாரத்துக்கு மேல் வைத்திருந்து பின்னர் அதை என்னிடமே திருப்பியனுப்பிவிட்டார். விதிகளின்படி அவர் எனக்கு அவ்வுதவி செய்யலாகாதென்று தமது கடிதத்தில் குறிப்பிட்டிருந்தார்.

உள்ளூர்த் தபால் நிலையத்தையும் அக்கடிதத்தை அனுப்ப நான் நம்ப முடியவில்லை. அக்காலத்தில் புதுவையில் இருந்த 200 பிரிட்டிஷ் வேவுக்காரர்களும், அவர்கள் துணிந்து செய்த அட்டகாசங்களும் உள்ளூரில் உண்டாக்கியிருந்த குழப்பத்தினால் எங்களுடன் புதுச்சேரிக்காரர்கள் தொடர்புகொள்ளவே பயந்தார்கள். இந்த பிரிட்டிஷ் வேவுகாரர்கள் எங்களைக் கண்காணிப்பதில் ஆரம்பித்து, பிரெஞ்சுக் குடிகள் சிலரையும் வேவு பார்க்கத் துவங்கிய போதுதான் அவர்களது அட்டகாசத்துக்கு முற்றுப்புள்ளி ஏற்பட்டது.

இவ்வாறாக, என்மீது சுமத்தப்பட்ட பழிபாவங்களுக்கும் பொய்க் குற்றங்களுக்கும் எனது கண்டனங்களைத் தெரிவிக்கும் வாய்ப்புகூட எனக்குக் கிடைக்காமலிருந்தது.

### லார்டு பெண்ட்லாண்டும் நிலைமையில் அபிவிருத்தியும்

லார்டு பெண்ட்லாண்டு சென்னை கவர்னராக வந்ததும் புதுச்சேரி போஸ்ட் ஆபீசில் நிலைமை ஓரளவு விருத்தியாகியுள்ளதை கவனித்தேன். மதராஸ் போலீஸ் வேவுகாரர்களுக்குத் தபாலாபீஸில் இருந்த செல்வாக்கு மங்கிவிட்டதை உணர்ந்தேன்.

இதனால், லார்டு பெண்ட்லாண்டுக்கு ஒரு நீண்ட வேண்டு கோள் விடுத்து, அதைத் தபால்மூலம் அனுப்பினேன்.

என்னுடைய வேண்டுகோளில் நான் என் சம்பந்தமான எல்லா விவரங்களையும் தெரிவித்ததுடன், கீழ்மட்டப் போலீஸாரின் போக்கையும் சட்டம், தர்ம நியாய நேர்மை போன்றவற்றை மதிக்காத அவர்களது நடத்தையையும் கவர்னரவர்கள் உணருமாறு செய்யத்தக்க சாட்சியங்களையும் அனுப்பியிருந்தேன். என்னுடைய தேசிய அபிப்பிராயங்களை நான் விட்டு விடவில்லை என்று தெளிவாகக் கூறி, இந்திய அரசியல் அரங்கத்துக்கு வெகு தொலை வில், அந்நிய அரசின் கொடிக்கீழ் அடைக்கலம் புகுந்து, அமைதி யான பகிரங்க வாழ்க்கை வாழும் என்மீது தெளிவற்ற சந்தேகங் களின் பேரில் பிரிட்டிஷ் போலீஸார் கொடுமையான, அநியாய மான நடவடிக்கைகள் எடுப்பதைக் குறித்து எனது கண்டனத்தைத் தெரிவித்திருந்தேன்.

இந்தியாவில் சட்டபூர்வமான அரசியல் நடவடிக்கைகள் தற்காலிகமாக ஓய்ந்திருந்தன. ஆதலால், நான், வேறு சிலரைப் போல, எனது நாட்டுக்குப் பயனுள்ள சேவை செய்ய முடியாத நிலையைக் கருதி, பிரிட்டிஷ் இந்தியாவில் இருப்பது எனது சுயேச்சைக்கும் பாதுகாப்புக்கும் ஆபத்தாக முடியும் என்பதனால் அந்நிய ஆட்சி நிலவும் ஒரு இடத்துக்கு வலியச் சென்றேன்.

புதுச்சேரியின் பிரெஞ்சு கவர்னர்கள், என்னை நேரில் சந்தித்த சமயங்களில், நான் வாழும் வாழ்க்கை முற்றிலும் சட்ட பூர்வமானது என்றும் எனது நடவடிக்கைகள் எவ்விதக் களங்கமும் அற்றவை என்றும் மீண்டும் மீண்டும் உறுதி கூறியிருக்கிறார்கள். நான் ஐந்து ஆண்டுகளுக்கு மேலாகப் புதுச்சேரியில் வாழ்ந்து வருகிறேன்.

நான் பிரிட்டிஷ் இந்தியாவை விட்டு வெளியேறி மூன்று வருஷங்களுக்குப் பிறகு, தொலை தூரத்திலுள்ள ஒரு மாவட்டத்தின் ஒரு சிற்றூரில் யாரோ ஒருவர் கொடுங்கோன்மைக்குப் பெயர் வாங்கிவிட்ட ஒரு கலெக்டரைச் சுட்டுக் கொன்றாரென்பதால், போலீஸின் கீழ்மட்ட ஆட்களது யோசனையின் பேரில் பிரிட்டிஷ் அரசாங்கம் என்னை அந்தக் கொலைச்சதிக்கு உடந்தையாக்கி என் மீது வாரண்டு பிறப்பித்தது. இந்தச் சதிக் குற்றச்சாட்டு, நீதி மன்றத் தின் நீண்ட நுணுக்கமான விசாரணையின் பிறகு, முற்றிலும் ஆதார மற்றதென நிராகரிக்கப்பட்டது. நீதி மன்றத்துக்காக விசாரணை நடத்திய உள்ளூர் மாஜிஸ்ரேட்டுக்குச் சென்னை அரசைவிட எனது வாழ்க்கையும் கொள்கைகளும் நன்கு தெரிந்திருக்க வேண்டும்.

## அநீதியானது, மூடத்தனமானது

இந்த விஷயத்தின் அநீதியையும் மூடத்தனத்தையும் விவரிக்க எனக்குப் போதிய சக்தியில்லை. நான் பல நாடுகளைப் பற்றிப்

படித்துணர்ந்திருக்கிறேன். சென்னை ராஜதானியிலும் வேறு சில மாகாணங்களிலும் நடப்பது போல தனிப்பட்ட குடிகளின் சுதந்திர உரிமைகள் திமிருடன் புறக்கணிக்கப்படுவது போல உலகில் எங்குமே இல்லை என்பது எனது மனப்பூர்வமான கருத்து. சென்னை ராஜ தானி அரசாங்கத்தின்மீது படிந்துள்ள இந்தக் கறையை நீக்கவேண்டு மென லார்டு பெண்ட்லாண்டு உண்மையாகவே விரும்புகிறார் என்று நம்புகிறேன். எப்படியிருந்தாலும், என் மீது சுமத்தப்பட்டுள்ள குற்றச்சாட்டை நீதி இலாகா விசாரிக்கும் என்று அவர் வாக்களித் துள்ளது, பொது ஆட்சிக்காகத் தனிப்பட்டவர்களை இம்சிப்பது அவருக்கு சம்மதமில்லை என்பதை ஒருவாறு காட்டுகிறது.

ஆனால், மேன்மை தங்கிய கவர்னரின் விருப்பம்கூட அவரு டைய பிற்போக்கான சகாக்களால் தடுக்கப்படுகிறதென நான் கருத வேண்டியிருக்கிறது.

ஆகையால், பிரிட்டிஷ் தொழிற் கட்சியின் தலைவராகிய உங்களுக்கு நான் இந்த வேண்டுகோளை அனுப்புகிறேன். சிந்தனை யுடன் நிதானமாகப் பணி புரிபவர் எனப் பெயர் பெற்றவரும், இங்கிலிஷ் மக்களிடம் செல்வாக்குள்ளவருமான நீங்கள் எனக்கு லார்டு பெண்ட்லாண்டு நீதி வழங்க அவருக்கு உதவி செய்ய வேண்டுகிறேன். நம்பத்தகாத, மூடத்தனமான, நேர்மையற்ற வதந்தி களை ஆதாரமாகக் கொண்டு என்மீது எடுக்கப்பட்டுள்ள நடவடிக் கைகளை அவர் ரத்து செய்ய உதவுமாறும் கோருகிறேன்.

புதுச்சேரி — சி. சுப்பிரமணிய பாரதி

○

இக்கடிதம் பத்திரிகைகளில் வெளியாகி, சென்னை சட்ட சபையில், அரசு ஒன்றும் செய்யப்போவதில்லை என்று தெரிந்துபோனதும் புதுவையிலிருந்து பாரதியார், இது பற்றி *ஹிந்து* பத்திரிகைக்கு ஒரு கடிதம் எழுதினார். அப்பத்திரிகை யில் வெளியான அக்கடிதத்தின் தமிழாக்கம் வருமாறு:

## இந்தியாவில் போலீஸ் ஆட்சி

ஐயா,

கனம் நரஸிம்ம ஐயரின் கேள்விக்குச் சென்னைச் சட்டசபை யில் அரசு அளித்த பதிலில் என்னைப் பற்றித் தவறான சில விஷயங் கள் கூறப்பட்டுள்ளன. நான் நீதியின் பிடியிலிருந்து தப்பிச் சென்ற வன் என்று அரசாங்கம் சொல்கிறது. இது தவறு. நான் பிரிட்டிஷ்

இந்தியாவை விட்டு வெளியேறியது 1908இல். என்னைக் கைது செய்யச் சென்னை அரசாங்கம் வாரண்டு வெளியிட்டது 1911இல் தான். என்னைப் பற்றிச் சரியான விசாரணை வேண்டுமானால் நான் பிரிட்டிஷ் இந்தியாவுக்கு வரலாமென்றும், அப்போது நீதி இலாகா மூலம் நடவடிக்கை தொடுக்கப்படும் என்றும் வாக்களிக்கிறார்கள். இது எல்லாம் சரிதான். ஆனால் மேன்மை தங்கிய கவர்னருக்கு நான் செய்துகொண்ட மனுவின் முக்கிய விஷயம் இதுவல்ல. சென்னைப் போலீஸாரின் நடத்தை பற்றி நான் தீர்மானமான சில குற்றச்சாட்டுக்களைக் கூறியிருக்கிறேன். அவற்றை நிரூபிக்கச் சில சாட்சியங்களும் தந்திருக்கிறேன். தங்கள் போலீஸாரின் நடத்தை பற்றிச் சென்னை அரசாங்கம் விசாரணை நடத்த நான் பிரிட்டிஷ் இந்தியாவில் இருக்க வேண்டும் என்பது எப்படி அவசியமாகும்?

சி.எஸ். பாரதி

புதுச்சேரி
ஏப்ரல் 8, 1914

○

[பாரதியாரின் இந்தக் கடிதத்துக்குப் பிறகும் சென்னை அரசு அவர் மீதுள்ள வாரண்டைப் பற்றி விசாரிக்கவில்லை. அதை ரத்து செய்யவுமில்லை. அவர் மீது போலீஸார் சந்தேகம் தொடர்ந்தது.

புதுச்சேரி வாழ்க்கை அலுத்துப் போய், முதல் மகாயுத்தம் முடிந்த இரண்டு வாரங்களில், பாரதி பிரெஞ்சு எல்லை யிலிருந்து பிரிட்டிஷ் இந்தியாவுக்கு வரத் தீர்மானித்தார். தமது மனைவி, குழந்தைகளுடன் 1918 நவம்பர் 20ஆம் தேதி, ஒரு ஜட்கா வண்டியில் புதுவையிலிருந்து கடலூருக்குப் புறப்பட்டார். பிரிட்டிஷ் எல்லையில் ஒரு ஹெட் கான்ஸ்டபிள் அவரைக் கைது செய்து திருப்பாப்புலியூர் போலீஸ் ஸ்டேஷ னுக்கு அழைத்துச் சென்றார். பிறகு போலீஸ் அறிக்கையுடன் கடலூர் ஸ்டேஷனரி ஸப்-மாஜிஸ்ட்ரேட் ஆர். சக்கரவர்த்தியின் முன்னர் ஆஜராக்கப்பட்டார். கடலூரில் பிரபல வக்கீல்களான சடகோபாச்சாரியார், நடராஜ ஐயர் ஆகிய இருவரும் பாரதி சார்பில் ஜாமீன் விடுதலை கோரினார்கள். இது மறுக்கப் பட்டது. பாரதியை இரண்டு நாள் ரிமாண்டில் வைப்பதாகவும், அவர் கடலூர்ா ஸப்-ஜெயிலில் இருப்பார் என்றும், 24ஆம் தேதி சிதம்பரத்தில் முகாம் செய்யப்போகும் தென் ஆற்காடு ஜில்லா மாஜிஸ்ரேட்டு மிஸ்டர் ஸ்டோடார்ட்டின் முன்பு

ஆஜராக்கப்படுவா ரென்றும் ஸப்-மாஜிஸ்ட்ரேட் உத்தரவிட்டார். பாரதியாரின் மனைவியும் மக்களும் திருநெல்வேலியிலுள்ள மனைவி செல்லம்மாவின் ஊரான கடயத்துக்குச் சென்றார்கள்.

நவம்பர் 24இல் பாரதி சிதம்பரம் கொண்டு செல்லப்பட்டார். ஜில்லா மாஜிஸ்டிரேட், 'இந்தியாவில் நுழைவுக் கட்டுப்பாடு அவசரச் சட்ட'த்தின் கீழ் பாரதியார் கைது செய்யப்பட்டிருப்பதாகத் தெரிவித்தார். 1914இல் யுத்தம் மூண்டபோது பிறப்பிக்கப்பட்ட அவசரச் சட்டம் இது. 1911இல் பாரதியார் மீது பிறப்பிக்கப்பட்ட வாரண்டு பற்றிப் பேச்சில்லை.

ஜில்லா மாஜிஸ்டிரேட், தாம் சுயேச்சையாக ஏதும் செய்ய முடியாதென்றும், சென்னை அரசுக்குத் தெரிவித்து, உத்தரவுக்குக் காத்திருப்பதாகவும், அதுவரை பாரதி ரிமாண்டில் இருக்க வேண்டும் என்றும் சொன்னார். கடலூர் ஸப்-ஜெயில் வசதியற்றது என்று பாரதியார் சார்பில் தெரிவித்தார்கள். அதன்பேரில் கேப்பர் குவாரியிலுள்ள கடலூர் ஜில்லா மத்திய ஜெயிலுக்கு அவரை மாற்றினார்கள்.

இரண்டு தினங்களில், சென்னைப் போலீஸ் டிப்டி இன்ஸ்பெக்டர்-ஜெனரல் மிஸ்டர் ஹானிங்டன் பாரதியாரைப் பார்க்க வந்தார். தீவிர அரசியலில் பங்கு கொள்வதில்லை என்றும், புதிதாக எது பிரசுரம் செய்தாலும் போலீஸ் டிப்டி-இன்ஸ்பெக்டர் ஜெனரலிடம் காட்டி அனுமதி பெற்றே வெளியிடுவது என்றும் பாரதியாரிடமிருந்து வாக்குறுதிகள் பெற்று அவரை டிசம்பர் 14ஆம் தேதி விடுதலை செய்தார்கள்.

பாரதியார், விடுதலை அடைந்ததும் ரயிலேறி, நேரே கடயத்துக்குச் சென்று குடும்பத்தாருடன் வசிக்கலானார்.]

●

# 6

## பரலி சு. நெல்லையப்ப பிள்ளைக்குக் கடிதம், 1915

ஓம்

புதுச்சேரி
19th July 1915

எனதருமைத் தம்பியாகிய ஸ்ரீ நெல்லையப்ப பிள்ளையைப் பராசக்தி நன்கு காத்திடுக.

தம்பி – மாதத்துக்கு மாதம், நாளுக்கு நாள், நினதறிவு மலர்ச்சி பெற்று வருவதைக் காண்கிறேன். நினது உள்ளக்கமலத்திலே பேரறிவாகிய உள்–ஞாயிற்றின் கதிர்கள் விரைவிலே தாக்கி நினக்கு நல்லின்பம் உண்டாகுமென்றே கருதுகிறேன்.

O

நெஞ்சம் இளகி விரிவெய்த விரிவெய்த அறிவிலே சுடர் ஏறுகிறது. நம்மிலும் மெலியாருக்கு நாம் இரங்கி அவர்களை நமக்கு நிகராகச் செய்துவிடவேண்டுமென்று பாடுபடுதலே நாம் வலிமை பெறுவதற்கு வழியாகும். வேறு வழியில்லை.

O

ஹா! உனக்கு ஹிந்தி, மராட்டி முதலிய வடநாட்டு பாஷைகள் தெரிந்திருந்து, அந்த பாஷைப் பத்திரிகைகள் என்ன அற்புதமான புதுமை பெற்றுள்ளன என்பதை நேரிடத் தெரிந்துகொள்ள முடியுமானால் – தமிழ்நாட்டிற்கு எத்தனை நன்மையுண்டாகும்! தமிழ், தமிழ், தமிழ் – என்று எப்போதும் தமிழை வளர்ப்பதே கடமையாகக் கொள்க. ஆனால் புதிய செய்தி, புதிய, புதிய யோசனை புதிய, புதிய உண்மை, புதிய, புதிய இன்பம் – தமிழில் ஏறிக்கொண்டே போகவேண்டும்

O

தம்பி, – நான் ஏது செய்வேனடா!

தமிழைவிட மற்றொரு பாஷை சுகமாக இருப்பதைப் பார்க்கும் போது எனக்கு வருத்தமுண்டாகிறது. தமிழனை விட மற்றொரு ஜாதியான் அறிவிலும் வலிமையிலும் உயர்ந்திருப்பது எனக்கு ஸம்மதமில்லை. தமிழச்சியைக் காட்டிலும் மற்றொரு ஜாதிக்காரி அழகாயிருப்பதைக் கண்டால் என் மனம் புண்படுகிறது.

தம்பி – உள்ளமே உலகம்.

ஏறு! ஏறு! ஏறு! மேலே, மேலே, மேலே!

நிற்கும் நிலையிலிருந்து கீழே விழாதபடி கயிறுகள் கட்டி வைத்துக்கொண்டு பிழைக்க முயற்சி பண்ணும் பழங்காலத்து மூடர்களைக் கண்டு குடல் குலுங்கச் சிரி.

உனக்குச் சிறகுகள் தோன்றுக. பறந்து போ.

பற! பற! – மேலே, மேலே, மேலே.

○

தம்பி – தமிழ்நாடு வாழ்க என்றெழுது.

தமிழ்நாட்டில் நோய்கள் தீர்க என்றெழுது.

தமிழ்நாட்டில் வீதிதோறும் தமிழ்ப் பள்ளிக்கூடங்கள் மலிக என்றெழுது.

அந்தத் தமிழ்ப் பள்ளிக்கூடங்களிலே நவீன கலைகளெல்லாம் பயிற்சி பெற்று வளர்க என்றெழுது.

தமிழ்நாட்டில் ஒரே ஜாதிதான் உண்டு. அதன் பெயர் தமிழ் ஜாதி, அது ஆர்ய ஜாதி என்ற குடும்பத்திலே தலைக்குழந்தை என்றெழுது.

ஆணும் பெண்ணும் – ஒருயிரின் இரண்டு கலைகள் என்றெழுது.

அவை ஒன்றிலொன்று தாழ்வில்லை என்றெழுது.

பெண்ணைத் தாழ்மை செய்தோன் கண்ணைக் குத்திக் கொண்டான் என்றெழுது.

பெண்ணை அடைத்தவன் கண்ணை அடைத்தான் என்றெழுது.

தொழில்கள், தொழில்கள் என்று கூவு.

தப்பாக வேதம் சொல்பவனைக் காட்டிலும் நன்றாகச் சிரைப் பவன் மேற்குலத்தான் என்று கூவு.

வியாபாரம் வளர்க, யந்திரங்கள் பெருகுக.

முயற்சிகள் ஓங்குக. ஸங்கீதம், சிற்பம், யந்திர நூல், பூமி நூல், வான நூல், இயற்கை நூலின் ஆயிரம் கிளைகள் இவை தமிழ் நாட்டிலே மலிந்திடுக என்று முழங்கு.

சக்தி, சக்தீ, சக்தீ என்று பாடு.

தம்பி – நீ வாழ்க.

○

உனது கடிதம் கிடைத்தது. குழந்தைக்கு உடம்பு செம்மையில்லாமல் இருந்தபடியால் உடனே "ஜவாப்" எழுத முடியவில்லை. குழந்தை புதிய உயிர் கொண்டது. இன்று உன் விலாஸத்துக்கு 'நாட்டுப் பாட்டுகள்' அனுப்புகிறேன். அவற்றைப் பகுதி பகுதியாக உனது பத்திரிகையிலும் ஞானபானுவிலும் ப்ரசுரம் செய்வித்திடுக. 'புதுமைப் பெண்' என்றொரு பாட்டு அனுப்புகிறேன். அதைத் தவறாமல் உடனே அச்சிட்டு அதன் கருத்தை விளக்கி எழுதுக. எங்கேனும், எப்படியேனும் பணம் கண்டுபிடித்து ஒரு நண்பன் பெயரால் நமக்கனுப்புக. தம்பி – உனக்கேனடா இது கடமையென்று தோன்றவில்லை? நீ வாழ்க.

உனதன்புள்ள
பாரதி

○

[*1908*இல் பாரதியார் புதுச்சேரி போய்ச் சேர்ந்த சில வாரங்களில் *இந்தியா* பத்திரிகையும் ரகசியமாகப் புதுவை போய்ச் சேருகிறது. பிரிட்டிஷ் ஆட்சியின் மீதும் அவர்களுக்கு ஆதரவாக நின்ற இந்திய மிதவாதிகள் மீதும் *இந்தியா* மீண்டும் நெருப்புமழை பொழிகிறது.

சென்னையில் மூத்த பத்திரிகாசிரியர் ஜீ. சுப்பிரமணிய ஐயரும் சென்னை *இந்தியா*வின் சட்டபூர்வ ஆசிரியராக இருந்த மு. ஸ்ரீனிவாஸனும் கைது செய்யப்படுகிறார்கள். உடல் நலமின்றிக் கண்பார்வை இழந்துவந்த ஜீ. சுப்பிரமணிய ஐயர் நன்னடத்தை வாக்குக் கொடுத்து விடுதலையாக வேண்டியிருக்கிறது.

புதுவையில் *இந்தியா* தவிர, *விஜயா* என்ற நாளிதழிலும், *சூர்யோதயம்*" என்ற உள்ளூர் வாரப் பத்திரிகையிலும்கூட பாரதியார் சம்பந்தப்படுகிறார். *கர்மயோகி* என்ற உயரிய மாதப் பத்திரிகையைச் சொந்தமாக நடத்துகிறார். *சித்திராவளி* என்ற பன்மொழி கார்ட்டூன் பத்திரிகைக்குத் திட்ட மிடுகிறார்.

புதுவை தேசியவாதிகளின் நடவடிக்கைகள் தினம் தினம் பெருகிச் செல்வதைப் பொறுக்காத சென்னை பிரிட்டிஷ்

அரசு *இந்தியாவும்* பிற பத்திரிகைகளும் பிரிட்டிஷ் இந்தியா வுக்குள் வராதபடி 1910 துவக்கத்தில் தடைவிதித்து விடு கின்றது. இப்பத்திரிகைகளின் வாசகர்களில் பெரும் பகுதி யினர் பிரிட்டிஷ் இந்தியாவில் இருந்ததாலும், விளம்பரதாரர் களும் அவ்வாறே இருந்ததாலும், இப்பத்திரிகைகளெல்லாம் உடனே முடங்கிப் போயின.

தமது பத்திரிகை முயற்சிகளெல்லாம் ஒடுக்கப்பட்டுவிட்ட தால் பாரதியார் நூல்கள் எழுதுவதில் முனையலானார். 1910இல் *மாதாவாசகம்* என்ற தேசியப் பாடல் நூலும், 1914இல் *மாதா மணிவாசகம்* என்ற நூலும் வெளியாகின்றன. 1912 ஒரே ஆண்டில் பகவத் கீதையை மொழிபெயர்க்கிறார்; "பாஞ்சாலி சபதம்", "குயில்", "கண்ணன் பாட்டு" என்ற முப்பெரும் பாடல்களைப் புனைந்து தள்ளுகிறார் பாரதியார். சொந்தப் பணத்தைக் கொண்டு *பாஞ்சாலி சபதம்* முதல் பாகத்தை அச்சிட்டு வெளியிடுகிறார். ஆனால் என்ன பயன்? நூல் விற்பனையாகாமல் நிற்கிறது.

1910 முதல் 1915 வரை பாரதியாருக்கு பணமுடை அதிகம். பிரிட்டிஷ் இந்தியாவிலிருந்து நண்பர்கள் அனுப்பக்கூடிய மணியார்டர் தொகைகளையும் புதுவையில் பிரிட்டிஷ் ஆதிக் கத்திலிருந்த தபால் நிலையம் வழிப்பறி செய்துவிடுகிறது. 1915இல் கடன் தொல்லை தவிர இரண்டாம் குழந்தை சகுந்தலாவுக்கு உடல் நலமில்லாமல் போகிறது. 1915இல் பாரதியால் தமது நாட்குறிப்பில் கூறுகிறார்:

"வைத்தியனுக்குக் கொடுக்கப் பணமில்லை. குழப்பம், குழப்பம் - தீராத குழப்பம்! எத்தனை நாட்கள்! எத்தனை மாதங்கள்! எத்தனை வருஷங்கள்!"

ஆயினும் அவரது தெய்வ நம்பிக்கை இடையறாது ஒளி வீசுகிறது. அவர் சொல்கிறார்:

"பராசக்தி! ஓயாமல் கவிதை எழுதிக்கொண்டிருக்கும்படி திருவருள் செய்ய மாட்டாயா? கடன்களெல்லாம் *தீர்ந்து*, தொல்லையில்லாதபடி என் குடும்பத்தாரும் என்னைச் சார்ந்த பிறரும் வாழ்ந்திருக்க, நான் எப்போதும் உன் புகழை ஆயிர விதமான புதிய புதிய பாட்டுக்களில் அமைக்க விரும்புகிறேன். உலகத்திலே இதுவரை எங்குமில்லாதபடி அற்புதமான ஒளிச் சிறப்பும் பொருட் பெருமையும் உடைய பாட்டொன்று என் வாயிலே தோன்றும்படி செய்ய வேண்டும்."

இருளின் ஊடே ஒளிபோல 1915இல் ஒரு புதிய வசதி தோன்று கிறது. ஜீ. சுப்பிரமணிய ஐயரிடமிருந்து *சுதேசமித்திரனை* வாங்கிய அதன் புதிய ஆசிரியர் ஏ. ரங்கஸ்வாமி ஐயங்கார், பாரதி அரசியல் தவிர ஏது வேண்டுமானாலும் எவ்வளவு

வேண்டுமானாலும் எழுதட்டும், அவற்றைப் பிரசுரித்து, அவர் எழுதினாலும் எழுதாவிட்டாலும் கூட மாதம் முப்பது ரூபாய் அவரது மனைவி செல்லம்மா பெயருக்கு அனுப்புவதாகத் தெரிவிக்கிறார். 1915 ஜூன் முதலாக பாரதியாரின் எழுத்துக்கள் மீண்டும் *மித்திரனில்* வெளிவருகின்றன. "தராசு" என்ற கற்பனைக்கடை மூலம் தாம் நேரில் பழகும் மனிதர்களைச் சொற்சித்திரமாக வடித்துக் காட்டும் புதிய உத்தியைக் கையாளுகிறார் பாரதியார். பாரதியாரின் உரை நடைப் போக்கில் இது திருப்பமாக அமைகிறது.

சுதேசமித்திரன் அனுப்பிய தொகைகளால் குடும்பக் கவலைகள் ஓரளவு குறைகின்றன. "தராசு" அனுபவத்தைத் தொடர்ந்து, உரைநடையில் சொற்சித்திரங்களும் உயிருள்ள சம்பாஷணைகளும் எழுதத் தேர்ந்த பாரதியார், "இடிப் பள்ளிக்கூடம்" என்ற கற்பனை மூலம் புதுவையில் தாம் அன்றாடம் சந்திக்கும் நண்பர்களை வைத்து ஏராளமான கட்டுரை, கதைகள் எழுதிக் குவிக்கிறார்.

1917இல், பாரதி சீடர் நெல்லையப்ப பிள்ளை சென்னையிலிருந்து *முரசு, பாப்பாப் பாட்டு* சிறு நூல்களையும் கண்ணன் பாட்டையும் *நாட்டுப்பாட்டையும்* வெளியிடுகிறார். நாட்டுப் பாட்டு என்பது பாரதியாரின் தேசிய கீதங்களுக்கு மாற்றுப் பெயர் - பிரிட்டிஷ் அரசின் கொடும் பார்வையிலிருந்து தப்ப! இந்நூல் முதல் பதிப்பு விற்றுப்போய், 1919இல் இரண்டாவது பதிப்பு வருகிறது.

1915இல் பணமின்மையாலும் குடும்பத் தொல்லையாலும் தவித்துக்கொண்டிருந்தபோது பாரதியார் நெல்லையப்ப பிள்ளைக்கு எழுதிய நீண்ட கடிதம், எல்லாத் தொல்லைகளுக்கு நடுவிலும் ஒளிவிட்டுப் பிரகாசிக்கும் பாரதியாரின் நம்பிக்கைகளை நன்கு எடுத்துக்காட்டுகிறது. பாரதிக்கு உள்ள ஆழ்ந்த தமிழ்ப் பற்றும், விரிந்த மனப்பான்மையும், தமிழை வளர்க்கத் துடிக்கும் சிறப்பான யோசனைகளும் இக்கடிதத்தில் ஆவேசத்துடன் தொனிக்கின்றன. பணமுடை நடுவிலும் 'புதுமைப் பெண்' என்ற பாட்டை அனுப்பி, அதை உடனே அச்சிட்டு அதன் கருத்தை விளக்கி எழுதும்படி கோருகிறார் லட்சியவாதி பாரதியார்.

அற்புதமான, இலக்கிய நயம்கொண்ட கடிதம் இது.

பாரதியாரால் அன்புடன் "தம்பி" என்றழைக்கப்பட்ட நெல்லையப்பர், திருநெல்வேலி மாவட்டத்திலுள்ள பரலி என்ற ஊரைச் சேர்ந்தவர். 1906இல் இவரும் இவரது தமையனார் பரலி சு. சண்முகசுந்தரம் பிள்ளையும் வ. உ. சிதம்பரம் பிள்ளையின் சுதேசி கப்பல் கம்பெனியில் உழைத்தார்கள்.

பிறகு, 1908இல், நெல்லையப்பர் புதுச்சேரிக்கு வந்து, புரட்சிவீரர் நீலகண்ட பிரம்மச்சாரியை ஆசிரியராகக் கொண்ட *சூர்யோதயம்* பத்திரிகையில் உதவியாசிரியராகச் சேர்ந்து பத்திரிகைத் தொழில் கற்றார். 1910க்குப் பிறகு சென்னை சென்று பல பத்திரிகைகளில் உழைத்தார். அக் காலத்தில், *திருவாசகம்* நூலை இரண்டணாவுக்கு மலிவுப் பதிப்பாக பல்லாயிரக்கணக்கான பிரதிகள் வெளியிட்டுப் புகழெய்தினார். அதே முறையில்தான் பாரதியாரது *கண்ணன் பாட்டையும் நாட்டுப் பாட்டையும்* வெளியிட முயன்றார் அவர். *நாட்டுப்பாட்டு* கையெழுத்துப் பிரதியை நெல்லையப் பருக்கு "இன்று" அனுப்பியுள்ளதாக பாரதியாரின் கடிதம் கூறுகிறது.

கடைசிவரை குழந்தையுள்ளம் படைத்தவராக எளிய வாழ்வு வாழ்ந்த நெல்லையப்பர் பாரதியாரின் மேதையை எடை போடுவதில் 1917இலேயே சிறந்த தீர்க்கதரிசனம் காட்டி யுள்ளார். *கண்ணன் பாட்டு* நூலின் முதல் பதிப்புக்கு அவர் தந்த முகவுரையில், "இந்த ஆசிரியன் காலத்திற்குப் பின், எத்தனையோ நூற்றாண்டுகளுக்குப் பின் இவர் பாடல் களைத் தமிழ்நாட்டு மாதர்களும் புருஷர்களும் மிகுந்த இன்பத்துடன் படித்துக் களிப்படையும் காட்சியை யான் இப்பொழுதே காண்கின்றேன்" என்று நெல்லையப்பர் பாராட்டியுள்ளது கவனிக்கத்தக்கது. மேலும், 1917இல் வெளி யான *முரசு, பாப்பாப் பாட்டு* நூல்களுக்கு அளித்த சிறு முகவுரையில் "இதிலுள்ள பாடல்கள் தங்க ஏடுகளில் நவரத்ன எழுத்துக்களால் பொறிக்கத் தக்கவை" என்றும் போற்றியுள்ளது கவனத்தில் வைக்கத்தக்கது.]

•

# 7

## நெல்லையப்பருக்கு 'நன்கு மதிப்பு'க் கடிதம், 1919

ஓம்

### நன்கு மதிப்பு

சக்தி துணை.        புதுச்சேரி        ராக்ஷஸ வருஷம்
                                    ஐப்பசி 25

தமிழ்ப் பத்திரிகை நடத்தும் தொழிலில் ஸ்ரீ ப.சு. நெல்லையப்ப பிள்ளை நல்ல திறமையுடையவர் என்பதை நானறிவேன். இவரை உதவியாகக் கொண்டு நடத்தப்படும் பத்திரிகையை ஜனங்கள் மிகவும் ஆதரிப்பார்களாதலால், அதற்கு நல்ல புகழும் லாபமும் உண்டாகுமென்பது என்னுடைய நம்பிக்கை.

சி. சுப்பிரமணிய பாரதி

ஸ்ரீமான் ப. சு. நெல்லையப்ப பிள்ளை
சிந்தாதிரிப்பேட்டை
சென்னை.

O

[பாரதியாரைப் பரலி சு. நெல்லையப்பர் அழகாக எடை போட்டது போலவே பாரதியாரும் நெல்லையப்பரின் பத்திரிகைத் துறைத் திறனைச் சீராக எடை போட்டிருக்கிறார் இந்த சிபார்சுக் கடிதத்தில். பாரதியார் கூறியுள்ளது போலவே நெல்லையப்பர் பல தமிழ்ப் பத்திரிகைகளில் சிறப்பாகப் பணிபுரிந்து முடிவில் லோகோபகாரி என்ற புகழ்மிக்க பழைய பத்திரிகையை வாங்கி அதன் ஆசிரியராகச் சுமார் இருபது வருடகாலம் அருந்தொண்டு புரிந்தார்.

1908இல் புதுவையில் நீலகண்ட பிரம்மச்சாரியிடம் சூர்யோதயம் பத்திரிகையில் தொழில் கற்ற நெல்லையப்பர், பிறகு சென்னை திரும்பி, பாரதியாரின் 'நன்கு மதிப்பு'க் கடிதத்தைப் பெற்று, *பாரதி, நாரதர், திராவிடப் பத்திரிகை* முதலிய பத்திரிகைகளில் வேலை பார்த்தார். அதன்பின், திரு. வி. கல்யாணசுந்தர முதலியார் ஆசிரியராக இருந்த தேசபக்தன் நாளிதழில் பணிபுரிந்தார். இந்தச் சமயம்தான் இவர் பல நூல்களை வெளியிட்டுப் புகழெய்தினார்.

*லோகோபகாரி* வாரப் பத்திரிகை 1897இல் வி. நடராஜ ஐயர் என்ற அறிஞரால் துவக்கப்பட்டது. தமிழறியாதவர்கள் பத்திரிகாசிரியர்களாக இருந்த சமயம், தமிழறிந்த நடராஜ ஐயர் தமிழ்ப் பத்திரிகையின் தரத்தை உயர்த்தினார்.

1908இல் நடராஜ ஐயர் காலமான பின், *லோகோபகாரி* கைமாறி, கோ. வடிவேலு செட்டியார் என்ற வித்வானை ஆசிரியராகக் கொண்டு வெளிவந்தது. வடிவேலு செட்டியாரிடம் உதவியாசிரியரானார் நெல்லையப்பர். இது 1913இல் இருக்கலாம்.

1923-24 ஆண்டுக் காலத்தில் *லோகோபகாரி* நெல்லையப்பரது உடைமை ஆயிற்று. எளிய நடையில் பெரிய விஷயங்களைப் பற்றி ஆழ்ந்த பற்றுடன் எழுதும் நெல்லையப்பர் லோகோபகாரிக்குப் புதுக் களை ஊட்டினார். அவர் பழுத்த காந்தியவாதி. முன்னாள் கிராம வாழ்க்கையின் சிறப்பை ஓயாது வலியுறுத்துவார். அவருக்கு மிகவும் பிடித்தமானது கண்ணைக் கெடுக்காத குத்துவிளக்கு; அவர் ஓயாமல் கண்டித்தது "மண்ணெண்ணெய்ச் சனியன்."

தமிழ்ப் பத்திரிகை உலகில், எளிய நடையில் சிறு சிறு வாக்கியங்களில் பெரிய விஷயங்களைத் தெளிவாக எழுதித் தமிழ் உரைநடையை வளர்த்தவர்களில் நெல்லையப்பர் ஒருவர். *லோகோபகாரி* வார இதழில் தலையங்கம் தவிர 'நாட்டு நடப்பு' என்ற தலைப்பில் 'பாரி' என்ற புனைபெயரில் நானாவிதக் குறிப்புகள் எழுதி தேசியத்தையும் காந்தியத்தையும் ஆத்மிகத்தையும் தெய்வப்பற்றையும் வளர்த்தவர் நெல்லையப்பர்.

அவர் சிறந்த கவியும்கூட. அவரது கவிதைகளிலும் எளிமையே திகழும். *ஆனந்தவிகடன், லோகோபகாரி* முதலிய பல பத்திரிகைகளில் அவரது கவிதைகள் வெளிவந்துள்ளன. இவை நூல் வடிவில் தொகுக்கப் பெறாமல் மறைந்து விட்டது துரதிர்ஷ்டமாகும்.

1908 முதலே அரசியலிலும் பங்கு கொண்டவர் நெல்லையப்பர். தூத்துக்குடியில் 1908இல் "சுயராஜ்ய தின"த்தை

ரா. அ. பத்மநாபன்

வ.உ.சி. கொண்டாடியபோது, உடன் உழைத்த இளைஞர் களில் நெல்லையப்பர் ஒருவர். வ.உ.சி. சிறை சென்றபின் புதுவை சென்று சூர்யோதயம் பத்திரிகையில் பணியாற்றிய சமயம், கோவைச் சிறையிலிருந்த வ.உ.சியைப் போய்ப் பார்த்து வந்தார். சிறையில் தமக்கு நேர்ந்த தொல்லைகளுக்கு ஆஷ் துரையே காரணம் என நினைத்த வ.உ.சி., "இந்த ஆஷின் அக்ரமங்களுக்கு முடிவே இல்லையா?" என்று நெல்லையப்பரிடம் அங்கலாய்த்தார். புதுவை திரும்பிய நெல்லையப்பர், அப்போது அங்கே தலைமறைவாக இருந்த மாடசாமி என்ற வ.உ.சி.யின் சீடரிடம் இதைச் சொல்ல, அதுவே ஆஷ் துரை கொலைக்கு வித்தாக அமைந்தது.

நெல்லையப்பர் நூல் பிரசுர விஷயத்திலும் தெளிவான கருத்தும் சாதனையும் கொண்டவர். திருவாசகத்தை இரண்டணா விலையில் அச்சிட்டுப் பல்லாயிரக்கணக்கான பிரதிகள் விற்றது போலவே, பாரதியாரின் பாடல்களையும் விற்றுக் காட்டியவர். பாரதி பாடல்களை ஆயிரக் கணக்கில் அல்ல, லட்சக் கணக்கில் வெளியிட்டால் விலை மலிவாக இருக்குமென்றும், இம்மலிவு நூல்களை கிராமங்கள் குக் கிராமங்களிலும் வீடுதோறும் வாங்கும்படி செய்வதே பாரதி பாடல்களை உண்மையாகப் பரப்புவதாகும் என்றும் அவர் ஓயாமல் வற்புறுத்துவார்.

நெல்லையப்பர் பிரம்மச்சாரி. ஆனால், தாம் எடுத்து வளர்த்த ஒரு பெண்ணின் குடும்பத்துக்காகப் படாத தொல்லை யெல்லாம் பட்டார். தேசத் தொண்டுக்காகத் தியாகி என்ற முறையில் தமக்குச் சென்னையை அடுத்த குரோம் பேட்டையில் கிடைத்திருந்த விஸ்தாரமான நிலத்தில் ஒரு பெருங் கிணற்றுக்கு அருகே ஒரு கூரை வீடு அமைத்துக் கொண்டு தமது இறுதிக் காலத்தைக் கழித்தார். அவரது லோகோபகாரி பத்திரிகையின் தொகுதிகள் அவர் காலத் திலேயே பாதுகாப்பின்றி அழிந்து விட்டன.]

●

# 8

## தந்திக் காகிதத்தில் ரசீதுக் கடிதம், 1918

ஓம் சக்தி

தங்களுக்கும் எனக்கும் பின்னே எழுதிக்கொள்ளக்கூடிய உடன் படிக்கைப்படி ஏற்படப்போகிற புஸ்தக வியாபாரஸம்பந்த மாக இப்போது தங்களிடம் முன்பணமாகப் பெற்றுக்கொள்ளுகிற ரூபாய் நூற்றைம்பது (ரூ. 150)க்கு இதை ஏற்புச் சீட்டாகவும் கடன் பத்திரமாகவும் அங்கீகரிக்கும்படி ப்ரார்த்திக்கிறேன்.

9 ஜூலை 1918                       சி. சுப்பிரமணிய பாரதி

ஸ்ரீமான்
T.G. கிருஷ்ணஸாமி பிள்ளையவர்கள்
நாச்சியார் கோயில்
சித்திரக்காரர்

[டி. ஜி. கிருஷ்ணஸாமி பிள்ளை கும்பகோணத்துக்கு அருகே நாச்சியார்கோவிலில் இருந்த ஒரு சித்திரக்காரர். தேசியவாதி. பாரதியாரின் *எங்கள் காங்கிரஸ் யாத்திரை, புதிய கட்சியின் கொள்கைகள்* முதலிய நூல்களை வாங்கிப் போற்றி வைத்திருந்தவர். தாமே சில சிறு நூல்களை வெளியிட்டவர். பாரதியாரது நூல்களை விற்பனை செய்ய விரும்பி அவர் பாரதியாருக்கு அனுப்பிய ரூ.150க்கு பாரதி தந்த ரசீது இது.

இந்த ரசீது ஒரு தந்திக்காகிதத்தின் பின்புறம் எழுதித் தரப்பட்டுள்ளதென்பது குறிப்பிடத்தக்க விஷயம். காகிதம் சரிவரக் கிடைக்காமல், கையில் கிடைத்த காகிதத்தில் ரசீது அனுப்பியுள்ளார் கவிஞர்.]

# 9

## தம்பி சி. விசுவநாதனுக்குக் கடிதம், 1918

ஓம் சக்தி

C. Subramania Bharati — Pondicherry
3rd August 1918

ஸ்ரீமான் விசுவநாதனுக்குப் பராசக்தி துணை செய்க. உன்னுடைய அன்பு மிகுந்த கடிதம் கிடைத்தது. அதைப் படித்து அதினின்றும் உன்னுடைய புத்திப் பயிற்சியின் உயர்வைக் கண்டு சந்தோஷமடைந்தேன். தந்தைக் கப்பால் நீ என்னை முக்கிய சகாயமாகக் கருதுவது முறையே. இதுவரை உன்னை நேரே பரிபாலனம் செய்வதற்குரிய இடம் பொருளேவல் எனக்கு தெய்வ சங்கற்பத்தால் கிடையாமல் போய்விட்டது. அதையெண்ணி இப்போது வருந்துவதிலே பயனில்லை. எனினும் இயன்றவரை விரைவாகவே எனக்கு நற்காலமும் அதனால் உன் போன்றோருக்குக் கடமைகள் செய்யும் திறமும் நிச்சயமாக வரும். உன் கடிதத்தில் கண்டபடி நீ இங்கே என்னைப் பார்க்க வரும் காலத்தை மிக ஆவலுடன் எதிர்பார்க்கிறேன். சீக்கிரம் வா. தங்கை ஸ்ரீ லக்ஷ்மி சில வருஷங்களுக்கு முன் எட்டயபுரத்துக்கு வந்திருந்த காலத்தில் என்னைக் கொஞ்சம் பணம் அனுப்பச் சொல்லியிருந்தாள். அப்போது என் கையில் பணம் இல்லாதபடியால் அனுப்பவில்லை. அது முதல் என் மீது கோபம் கொண்டு எனக்கு ஒரு வார்த்தைகூட எழுதாமலிருக்கிறாள். என்னை மன்னிக்கும் படிக்கும் எனக்கு அடிக்கடி காயிதங்களெழுதும்படிக்கும் நீ அவளை அழுத்தமான பிரார்த்தனை செய்யும்படி வேண்டுகிறேன். 'தம்பியுள்ளோன் படைக்கஞ்சான்' என்ற வாக்கியத்தின் உண்மையை உன் விஷயத்தில் நம்பியிருக்கலாமென்றே நம்புகிறேன்.

எனக்கு இனிமேல் இங்கிலீஷில் காயிதம் எழுதாதே. நீ எழுதும் தமிழ் எத்தனை கொச்சையாக இருந்தபோதிலும் அதைப் படிக்க நான் ஆவலுறுவேன். கொச்சைத் தமிழ்கூட எழுத முடியாவிட்டால் ஸம்ஸ்கிர்தத்திலே காயிதம் எழுது. திருப்பயணம் வி. ராமஸ்வாமி

அய்யங்கார் என்னிடம் 'விநாயகர் ஸதோத்திரம்' (தமிழ் நூல்) அச்சிட வாங்கிக்கொண்டு போனார். இன்னும் அச்சிட்டனுப்ப வில்லை. மேலும் அவர் 'பாஞ்சாலி சபதம்' அச்சிடும் சம்பந்தமாகப் பணம் சேகரித்துப் பட்டணத்துக் கனுப்புவதாகச் சொன்னார். அங்ஙனம் அனுப்ப முடியுமானால் உடனே புதுச்சேரியில் எனது விலாசத்துக்கனுப்பும்படி ஏற்பாடு செய்.

அது மாத்திரமேயன்றி, 'விநாயகர் ஸ்தோத்திரம்' வேலையை விரைவில் முடித்துப் புஸ்தகங்களனுப்பும்படி சொல்லு. உடம்பை யெண்ணிப் பயப்படாதே. அடிக்கடி பால் குடி. ஜலத்தை எப்போதும் காய்ச்சிக் குடி. வேறு எந்த விஷயத்துக்கும் கவலைப்படாதே. பொறுமையாலும் பயமின்மையாலும் இவ்வுலகத்தில் மனிதன் தேவத்தன்மை அடைகிறான். அந்நிலைமை உனக்கு மஹாசக்தி அருள் செய்க.

உனதன்புள்ள ஸஹோதரன்,
சி. சுப்பிரமணிய பாரதி

○

[ஆங்கிலத்தில் கடிதம் எழுதாதே கொச்சைத் தமிழிலாவது, முடியாவிட்டால் ஸம்ஸ்கிர்தத்திலாவது எழுது என்று பாரதி கூறுவது குறிப்பிடத்தக்கது.

தங்கையின் கோபத்தைத் தணிக்க எவ்வளவு தாழ்ந்து போகிறார், பாவம்!

'திருப்பயணம் வ. ராமஸ்வாமி ஐயங்கார்' என்பது வ.ரா. திருச்சி தேசியப் பிரமுகரும் வள்ளலுமான கே.வி. ரங்கஸ்வாமி ஐயங்காரால் புதுச்சேரிக்கு அரவிந்தரிடம் அனுப்பப் பட்ட இளைஞர். அரவிந்தருடன் சில காலம் இருந்தவர். போகப் போக அரவிந்தரைவிட பாரதியாரிடம் அதிக ஈடுபாடு கொண்டவர். பாரதி, அரவிந்தர் முதலியவர்களுக்கு ரங்கஸ்வாமி ஐயங்கார் பல சமயம் பண உதவி செய்யக் காரணமாயிருந்தவர். பிற்காலத்தில் *மகாகவி பாரதியார்* என்ற சிறப்பான பாரதி வாழ்க்கை வரலாறு எழுதிய எழுத்தாளர் முதல்வர்.]

●

# 10

## *சுதேசமித்திரன்* ஆசிரியர் ஏ. ரங்கஸ்வாமி ஐயங்காருக்கு நன்றிக் கடிதம், 1918

கடையம்,
டிசம்பர் 17

ஸ்ரீமான் ரங்கசாமி அய்யங்காருக்கு நமஸ்காரம். ஞாயிற்றுக் கிழமை (15ந் தேதி) இரவு நான் இவ்வூருக்கு வந்து சேர்ந்தேன். என் விடுதலையின் பொருட்டாகத் தாங்களும் மற்ற நண்பர்களும் மிகவும் சிரத்தையுடன் பாடுபட்டதற்கு என் மனப்பூர்வமான நன்றி தெரிவிக்கிறேன்.

ஸ்ரீமதி அனி பெஸண்ட், ஸ்ரீ மணி அய்யர், ஸ்ரீ சி.பி. ராமசாமி அய்யர் முதலாக என் விடுதலை விஷயத்தில் சிரத்தையெடுத்துக் கொண்ட தங்களுடைய மித்திரர்களுக்கெல்லாம் எனது நன்றி தெரிவிக்கும்படி வேண்டுகிறேன்.

தங்களன்புள்ள,
சி. சுப்பிரமணிய பாரதி

○

[புதுவையிலிருந்து வெளியேறியபோது கைது செய்யப்பட்டுக் கடலூரில் சிறை வைக்கப்பட்டிருந்த பாரதியை விடுவிக்க உதவியவர்களில் முக்கியமானவர் *சுதேசமித்திரன்* ஆசிரியர் ஏ. ரங்கஸ்வாமி ஐயங்கார். பாரதி கைதான செய்தி கேட்டதும், இவரும் ஜஸ்டிஸ் மணி ஐயர் என்ற ஸர். எஸ். சுப்பிரமணிய ஐயரும், அன்னி பெஸண்ட் அம்மையாரும், சி.பி. ராமஸ்வாமி அய்யரும் சென்னை அரசாங்கத்தை அணுகி, பாரதியார்

அவர்கள் நினைப்பது போல அராஜகவாதி அல்லவென்றும், அவரை விடுவிப்பதே நற்பெயர் தரும் என்றும் வற்புறுத்தினார்கள். ஆனால், சென்னை அரசு, பாரதியாரிடம் சில வாக்குறுதிகள் பெற்று அவரை விடுவிக்க இசைந்தது. சென்னைப் போலீஸ் டிப்டி இன்ஸ்பெக்டர்-ஜெனரல் ஹானிங்கடன் இது பற்றி பாரதியாரிடம் பேசக் கடலூருக்கு அனுப்பப்பட்டார். பாரதி விடுதலையானார்.

1918 டிசம்பர் 15 இரவு கடையத்தை அடைந்த பாரதியார் 17ஆம் தேதி நன்றி தெரிவிக்க விரைந்துள்ளது இக்கடிதத்தில் புலனாகிறது.]

•

# 11

## கடையத்திலிருந்து நெல்லையப்பருக்குக் கடிதம், 1918

ஓம் சக்தி

கடையம்
*21 டிசம்பர் 1918*

ஸ்ரீமான் நெல்லையப்ப பிள்ளைக்கு நமஸ்காரம்.

நான் ஸௌக்கியமாகக் கடையத்துக்கு வந்து சேர்ந்தேன். இவ்வூருக்கு நான் வந்த மறுநாள் பாப்பா பாட்டு, முரசு, நாட்டுப் பாட்டு, கண்ணன் இவை வேண்டுமென்று பலரிடமிருந்து கடிதங்கள் கிடைத்தன.

என் வசம் ஷை புஸ்தகங்கள் இல்லை. உன்னிடம் ஷை புஸ்தகங் களிருந்தால் அனுப்பக்கூடிய தொகை முழுதும் அனுப்பும்படி ப்ரார்த்திக்கிறேன்.

'பாஞ்சாலி சபதம்' – இரண்டு பாகங்களையும் சேர்த்து ஒன்றாக அச்சடிப்பதற்குரிய ஏற்பாடு எதுவரை நடந்திருக்கிறதென்ற விஷயம் தெரியவில்லை. இனிமேல் சிறிது காலம் வரை நான் ப்ரசுரம் செய்யும் புஸ்தகங்களை போலீஸ் டிப்டி இன்ஸ்பெக்டர் ஜெனர லிடம் காட்டி அவருடைய அனுமதி பெற்றுக்கொண்ட பிறகே ப்ரசுரம் செய்வதாக ராஜாங்கத்தாருக்கு நான் ஒப்பந்தமெழுதிக் கொடுத்திருக்கிறேன்.

ஏற்கெனவே 'பாஞ்சாலி சபதம்' (முதல் பாகம்) வெளிப்பட் டிருக்கிற படியாலும், ப்ரசுரம் செய்பவன் நானன்றி நீயாதலாலும் இதை அச்சிடுமுன் ஷை ஒப்பந்த விதியை அனுஸரித்தல் அவசிய மில்லையென்று தோன்றுகிறது.

அப்படியே காண்பித்தாலும் தவறில்லை. நமது நூல் மாசற்றது. டிப்டி இன்ஸ்பெக்டர் ஜெனரல் மிஸ்டர் ஹானிங்டன் எனக்கு மிகவும் அன்புள்ள ஸ்நேகிதர்; தங்கமான மனுஷ்யன். ஆதலால், அநாவசியமான ஆக்ஷேபங் கற்பித்து நமது கார்யத்தைத் தடை

செய்யக்கூடியவரல்லர். நீயே ஷெ நூலை அவரிடத்தில் காட்டி அனுமதி பெற்றுக்கொள்ளுக.

பாப்பா பாட்டு முதலியன உன்னிடம் இல்லாவிட்டால் உடனே அவற்றை மீண்டும் ப்ரசுரம் செய்தல் மிகவும் அவஸரம்.

இவை முதலிய எல்லா விஷயங்களைப் பற்றி உன்னிடம் நேரே பேச விரும்புகிறேன். இதன் பொருட்டாக இக்கடிதங் கண்டவுடன் இங்கு நீ நேரே புறப்பட்டு வந்துசேரும்படி வேண்டு கிறேன். ஸ்ரீமான் குவளை க்ருஷ்ணையங்கார் முதலிய நம்முடைய நண்பர்களுக்கு என் நமஸ்காரத்தைத் தெரிவிக்கும்படி ப்ரார்த்திக் கிறேன். இன்னும் ப்ரசுரம் செய்ய வேண்டிய நூல்கள் என்னிடம் பல இருக்கின்றன. நான் இப்போது பிரிடிஷ் இந்தியாவுக்கு வந்துவிட்டபடியால் நமது ப்ரசுரங்களுக்குப் பணம் கொடுக்கக் கூடிய நண்பர்களும் பலர் இருக்கிறார்கள். உன்னை ஸஹாய புருஷனாகக் கொண்டால் ப்ரசுர கார்யம் தீவிரமாகவும் செம்மை யாகவும் நடைபெறுமென்று தோன்றுகிறது.

எதற்கும், நீ உடனே புறப்பட்டு இங்கு வந்துசேரும்படி ப்ரார்த்திக்கிறேன்.

உனக்கு மஹாசக்தி அமரத் தன்மை தருக.

உனதன்புள்ள
சி. சுப்பிரமணிய பாரதி

o

[பாரதியார் புதுவை வாசம் முடிந்து பிரிட்டிஷ் இந்தியாவில் தடையற்ற வாசம் தொடங்கிவிட்டதும், அவருக்குத் தமது நூல்கள் வெளியீட்டைப் பற்றி உற்சாகம் பிறந்துவிட்டது. தமது நூல்கள் பற்றி அரசாங்கத்தாருக்குத் தாம் அளித்த வாக்குறுதி என்ன என்பதை இக்கடிதத்தில் அவர் தெளிவாக வெளியிடுகிறார். சங்கடமான அரசியல் நூல்களை பாரதி வெளியிடலாகாது என்பதே சென்னை அரசின் நோக்கமாக இருந்திருக்கும் என்று தோன்றுகிறது.

பாரதியார் தமது நூல்களை ஒழுங்குபடுத்தி எல்லாவற்றையும் வெளியிட ஆர்வமுள்ளவராக இருந்தார் என்பதும் இக்கடிதத் தின் மூலம் தெரிகிறது.

ஆனால் இக்கடிதம் பெற்று நெல்லையப்பர் கடயத்துக்குப் போனதாகவோ, விரிவான நூல் வெளியீட்டுத் திட்டத்துக்கு ஏற்பாடானதாகவோ தெரியவில்லை.

பாரதியார் கடிதங்களின் வாசகத்தில் ஒரு முக்கிய விஷயம் கவனிக்கத்தக்கது. விளம்பரங்களில் வருவது போன்ற உற்சாகமூட்டும் உத்தரவுச் சொற்கள் ("அவசரம்", "உடனே செய்", "உடனே புறப்பட்டு வா", "நேரே பேசுவோம்" என்பன போல) நிறைய வருகின்றன. ஆனால், அடுத்த கணமே, பாரதியாரின் இயல்பான மரியாதை தலைகாட்டு கிறது - "ப்ரார்த்திக்கிறேன்", "வேண்டுகிறேன்" என்ற சொற்கள் ஒரு தடவைக்கும் அதிகமாக உபயோகமாகின்றன!]

●

# 12

## எட்டயபுரம் வெங்கடேச ரெட்டுவுக்குக் கடிதம், 1919

ஓம் சக்தி

கடையம்
30 ஜனவரி 1919

ஸ்ரீமான் வெங்கடேச ரெட்டுவுக்கு நமஸ்காரம்.

இந்த ஊரில் ஒரு வீடு மூன்று வருஷத்துக்கு வாடகைக்கு வாங்கியிருக்கிறேன். அதைச் செப்பனிடுவதற்கு அவசியமான தொகை நாம் கையிலிருந்து செலவிட்டு, மேற்படி தொகைக்கு வீட்டுக்காரரிடமிருந்து கடன் சீட்டெழுதி வாங்கிக்கொள்வதாக ஒப்பந்தம் செய்யப்பட்டிருக்கிறது. இந்த ஊரில் வேறு வீடு கிடைக்காதபடியால் இவ்வித ஒப்பந்தத்தின்மீது செப்பனிட வேண்டிய வீட்டை வாங்கிக்கொள்ளுதல் இன்றியமையாததாயிற்று.

இந்த விஷயத்தைக் குறித்து மஹாராஜாவிடம் தனிமையாகத் தெரியப்படுத்தி, அவர்கள் கொடுக்கும் தொகையுடன் நீயும், உன்னால் இயன்றது சேர்த்துக் கூடிய தொகையை "ஸ்ரீமான் சி. சுப்பிரமணிய பாரதி, பழைய கிராமம், கடையம்" என்ற விலாசத்துக்கு ஸ்ரீமதி சின்னம்மாச் சித்தி மூலமாகவேனும் நேரிலேனும் விரைவில் அனுப்பும்படி வேண்டுகிறேன்.

உனக்கு மகாசக்தி அமரத்தன்மை (தருக)

உனதன்புள்ள
சி. சுப்பிரமணிய பாரதி

O

[இக்கடிதம் பெற்ற வெங்கடேசுர எட்டுத்தேவர் பாரதியின் எட்டயபுர நண்பர்களில் ஒருவர். இதே பெயருள்ள எட்டயபுரம்

ரா. அ. பத்மநாபன்

ஜமீன்தார் வேறு. இந்த வெங்கடேசுர எட்டு நகரப் பஞ்சாயத்தின் தலைவராக இருந்து "சேர்மன்" என்று அழைக்கப் பட்டவரென்றும், இவர் பாரதியின் நம்பிக்கைக்குப் பாத்திர மான சமவயது நண்பர் என்றும், இவர் பாரதி புதுச்சேரியில் இருந்த சமயம்கூடப் பல உதவிகள் செய்துள்ளவரென்றும் தெரிகிறது.

கடையம் வந்ததும் முதலில் தம் மைத்துனர் கே.ஆர். அப்பாதுரையின் இல்லத்தில் தங்கிய பாரதி, பிறகு கடையம் ராமசாமி கோவிலுக்கு வடக்கே 'பட்டர் வீடு' என்ற ஓட்டுக் கட்டடத்தில் குடியேறுகிறார். இந்த வீட்டை வாடகைக்கு எடுத்துள்ள விவரமும், இதைச் செப்பனிடத் தேவையான பொருள் பற்றியும், எட்டயபுரம் ஜமீன்தாரிடமிருந்து இதைப் பெற்று அனுப்புமாறு கோரியும் இக்கடிதத்தில் பாரதி எழுதுகிறார். ஜமீன்தார் உதவினாரா என்ற விஷயம் தெளிவாகத் தெரியவில்லை.]

•

# 13

## எட்டயபுரம் மன்னருக்கு ஓலைத்தூக்கு, 1919

ஓம் சக்தி

ஸ்ரீ எட்டயபுரம் மகாராஜ ராஜேந்த்ரஸ்ரீ
வேங்கடேசு ரெட்டப்ப பூபதி அவர்கள்
சமூகத்துக்கு
கவிராஜ ஸ்ரீ சி. சுப்பிரமணிய பாரதி எழுதும்
ஓலைத்தூக்கு.

1. ராஜ மகா ராஜேந்த்ர ராஜகுல
சேகரன் ஸ்ரீ ராஜராஜன்
தேசமெல்லாம் புகழ்விளங்கு மிளசை வெங்க
டேசு ரெட்ட சிங்கன் காண
வாசமிகு துழாய்த் தாரான் கண்ணனடி
மறவாத மனத்தான் சக்தி
தாசனெனப் புகழ்வளர் சுப்பிரமணிய
பாரதிதான் சமைத்த பாட்டு.

2. மன்னவனே, தமிழ் நாட்டில் தமிழறிந்த
மன்னரிலை யென்று மாந்தர்
இன்னலுறப் புகன்ற வசை நீ மகுடம்
புனைந்த பொழு திறந்த தன்றே?
சொன்னலமும் பொருணலமுஞ் சுவைகண்டு
சுவைகண்டு துய்த்துத் துய்த்துக்
கன்னலிலே சுவையறியுங் குழந்தைகள் போல்
தமிழ்ச் சுவை நீ களித்தா யன்றே?

3. புவியனைத்தும் போற்றிட வான் புகழ் படைத்துத்
தமிழ் மொழியைப் புகழி லேற்று
கவியரசர் தமிழ்நாட்டுக் கில்லையெனும்
வசை யென்னாற் கழிந்த தன்றே?
சுவை புதிது நயம் புதிது வளம் புதிது சொற் புதிது
ஜோதி கொண்ட
நவகவிதை யெந்நாளு மழியாத
மஹா கவிதை' யென்று நன்கு

4. பிரான் ஸென்னு முயர்ந்த புகழ் நாட்டி லுயர்
புலவோரும் பிறகு மாங்கே
விராவு புகழாங்கிலத் தீங் கவியரசர்
தாமு மிக வியந்து கூறிப்
பராவி மென்றன் தமிழ்ப் பாட்டை மொழிபெயர்த்துப்
போற்றுகிறார்; பாரோ ரேத்துந்
தராதிபனே யிளசை வெங்கடேசு ரெட்டா
நின் பாலத் தமிழ் கொணர்ந்தேன்.

5. வியப்பு மிகு புத் திசையில் வியத்தகுமென்
கவிதையினை வேந்தனே நின்
நயப்படு ஸந்நிதி தனிலே நான் பாட
நீ கேட்டு நன்கு போற்றி,
ஜயப் பறைகள் சாற்றுவித்துச் சாலுவைகள்
பொற்பைகள் ஜதி பல்லக்கு
வயப் பரி வாரங்கள் முதற் பரிசளித்துப்
பல்லூழி வாழ்க நீயே.

எட்டயபுரம் சுப்பிரமணிய பாரதி
*1919*—ம் வருடம் மே மாதம் 2—ந் தேதி.

o

[*1918* டிசம்பர் மாதம் மத்தியில் கடையம் வந்த பாரதியார், சில மாதங்களில் சொந்த ஊரான எட்டயபுரத்துக்கு விஜயம் செய்கிறார். *1919* மே மாதம் எட்டயபுரம் போனவர், ஆகஸ்ட் முதல் வாரம் வரை அங்கேயே தங்கியிருக்கிறார்.

மனைவியின் ஊரான கடையத்திலேயே இருந்துவிடத் தீர் மானித்த பாரதியார், இளமை நண்பர்களைக் கண்டு மகிழலா மென்று எட்டயபுரம் போகிறார். கீர்த்தியுடன் விளங்கும் தம்மை எட்டயபுரம் ஜமீன்தார் பெருமையுடன் வரவேற்றுப் பரிசளித்துப் போற்றுவார் என்றும் பாரதி நினைத்தார் போலும். ஜமீன்தார் கீர்த்தியும் தமது கீர்த்தியும் இணையாக ஒளிவீசி ஜொலிக்குமாறு தம்மை ஆதரிக்கும்படி பாரதி ஜமீன்தாருக்கு 'ஓலைத்தூக்கு' (கவிதைக் கடிதம்) ஒன்று *1919* மே மாதம் 2ஆம் தேதி அனுப்புகிறார்.

தமிழ்நாட்டில் தமிழறிந்த மன்னவன் இல்லை என்ற அவச்சொல் வெங்கடேசு ரெட்டப்பர் பதவி ஏற்றவுடன் ஒழிந்தது என்றும், புவியனைத்தும் போற்றிடும் கவியரசர்

தமிழ்நாட்டில் இல்லையென்ற அவச்சொல் தம்மால் தீர்ந்ததென்றும் பாரதி பெருமிதத்துடன் கூறுகிறார். தமது பாடல்களின் 'சுவை புதிது, நயம் புதிது, வளம் புதிது, சொற் புதிது, ஜோதி கொண்ட நவகவிதை, எந்நாளுமழியாத மஹா கவிதை' என்று தமது கவிதைகளின் புகழைத் தாமே எடுத்துரைக்கிறார், எவ்வளவு தீர்க்க தரிசனத்துடன்!

அது மட்டுமா? பிரான்ஸில் பாரதியாரின் கவிதையைப் போற்றுகிறார்களென்றும், ஆங்கிலக் கவியரசர் தமது பாடல் களை மொழிபெயர்த்துப் பாராட்டுகிறார்களென்றும் கூறுகி றார். பாரதியைப் பிரெஞ்சு மொழியில் வின்ஸன் என்பவர் மொழிபெயர்த்ததாக நினைவு. ஆங்கிலத்தில் ஜேம்ஸ் கஸின்ஸ் என்ற புலவர் பாரதி பாடல்களை மிகவும் போற்றினார்; "வேண்டுமடி எப்போதும் விடுதலை" என்ற பாட்டை அதே சந்தத்தில் ஆங்கிலத்தில் மொழிபெயர்த்தார்.

இத்தகைய புகழ் மண்டிய மகாகவியாகிய தம்மை எட்டயபுரம் ஜமீன்தார் எப்படிப் பாராட்ட வேண்டும் என்று பாரதி எதிர் பார்த்தார் என்பதும் கடைசிப் பாவில் தெரிகிறது. "வியத்தகு மென் கவிதைகளை நான் பாட நீ கேட்டு, நன்கு போற்றி ஜயப் பறைகள் சாற்றுவித்து, சாலுவைகள் பொற்பைகள் ஜதி பல்லக்கு வியப் பரிவாரங்கள் முதலிய பரிசளித்து" நீடு வாழ்க என்கிறார் பாரதி. இவ்வாறு நடந்திருந்தால் எப்படி இருந்திருக்கும்! ஜமீன்தாருக்கு பாரதியிடம் பற்றுதலும் மதிப்பும் நிறைய இருந்தும் பாரதி வெள்ளை ஆட்சியின் விரோதி என்பதால் அவரை ஆதரிக்க முன்வரவில்லை. பயத்தால் பதில்கூட அனுப்பவில்லை!]

•

# 14

## எட்டயபுரம் மன்னருக்குச் சீட்டுக்கவிகள், 1919

ஸ்ரீ எட்டயபுரம் ராஜ ராஜேந்திர மகாராஜ
வெங்கடேசு ரெட்டப்ப பூபதி அவர்கள்
சமூகத்துக்கு

1. *பாரி வாழ்ந்திருந்த சீர்த்திப் பழந்தமிழ் நாட்டின் கண்ணே
ஆரிய நீ யிந் நாளி லரசு வீற்றிருக்கின் றாயால்;
காரியங் கருதி நின்னைக் கவிஞர்தாங் காண வேண்டின்
நேரிலப் போதே யெய்தி வழிபட நினைகிலாயோ?

2. விண்ணள வுயர்ந்த கீர்த்தி வெங்கடேசு ரெட்டு மன்னா
பண்ணள வுயர்ந்த தென் பண் பாவள வுயர்ந்த தென்பா.
எண்ணள வுயர்ந்த வெண்ணி வரும்புகழ்க் கவிஞர் வந்தால்
அண்ணலே பரிசு கோடி அளித்திட விரை கிலாயோ?

3. கல்வியே தொழிலாக் கொண்டோய் கவிதையே தெய்வமாக
அல்லு நன் பகலும் போற்றி அதை வழிபட்டு நின்றாய்
சொல்லிலே நிகரிலாத புலவர் நின் சூழலுற்றால்
எல்லினைக் காணப் பாயும் இடபம் போல் முற்படாயோ?

எட்டயபுரம்　　　　　　　　　　　சுப்பிரமணிய பாரதி
1919-ம் வருஷம் மே மாதம் 3 தேதி

*பண்டைத் தமிழ்நாட்டு வள்ளல்களில் பாரி ஒருவன். இவன்
தனது ராஜ்ய முழுவதும் புலவர்களுக்குக் கொடுத்தான்.

O

[முதல் நாள் அனுப்பிய ஓலைத்தூக்குக்கு ஜமீன்தார் பதிலளிக்கவில்லை என்றதும், மறுநாள் பாரதி இந்தச் சீட்டுக் கவிகளை அனுப்பினார். முதல் பாடலின் விருவிருப்பான, உற்சாகம் நிறைந்த ஆர்வத்துக்கும், இரண்டாம் பாட்டின் நிதானமான போக்கிற்கும் உள்ள உணர்ச்சி வேக வித்தியாசம் நன்கு தெரிகிறது. இரண்டாம் பாடலில் ஒரே கருத்துதான் திரும்பத் திரும்ப எடுத்துரைக்கப்படுகிறது. காரியங் கருதி கவிஞர் நினைக் காணவந்தால், அண்ணலே, பரிசு கோடி அளித்திட விரைகிலாயோ? ராஜ்ய முழுதும் பாரி புலவர்களுக்குத் தந்ததைக் குறிப்பிடுவதும் கவனிக்கத் தக்கது.

இதற்கும் ஜமீன்தார் பதிலளிக்கவில்லை என்பது அவருக்கிருந்த பயத்தின் அளவுகோலாகும்.

இந்த இரு பாடல்களுமே, பாரதி பாடல் அரசாங்கப் பதிப்பில் முன் பின் மாற்றித் தரப்பட்டுள்ளன. பிழைகளும் உள்ளன. இவற்றை என்னிடம் உள்ள பாரதி கையெழுத்துப் பிரதியில் உள்ளவாறு திருத்தமாக வெளியிட்டுள்ளேன்.]

•

# 15

## எட்டயபுரம் மன்னருக்குக் கடிதம், 1919

*எட்டயபுரம்*
*6 ஆகஸ்ட் 1919*

*ஸ்ரீமான் மஹாராஜ ராஜ பூஜித மஹாராஜ ராஜ ஸ்ரீ எட்டயபுரம் மஹாராஜா, வெங்கடேசுர எட்டப்ப நாயக்க ஐயனவர்கள் ஸந்நிதானத்துக்கு சி. சுப்பிரமணிய பாரதி அநேக ஆசீர்வாதம்.*

*முன்பு கவி கேஸரி ஸ்ரீ ஸ்வாமி தீக்ஷிதரால் எழுதப்பட்ட 'வம்சமணி தீபிகை' என்ற எட்டயபுரத்து ராஜ வம்சத்தின் சரித்திரம் மிகவும் கொச்சையான தமிழ் நடையில் பலவிதமான குற்றங்களுடையதாக இருப்பது ஸந்நிதானதுக்குத் தெரிந்த விஷயமே.*

*அதைத் திருத்தி நல்ல, இனிய, தெளிந்த தமிழ் நடையில் நான் அமைத்துத் தருவேன். அங்ஙனம் செய்தால் அந்நூலை ராஜாங்க பாடசாலைகளில் தமிழ்ப் பாடமாக வைக்க ஏற்பாடு செய்யலாம். சில மாசங்களுக்கு முன் கடலூரில் என்னை விடுதலை செய்யுங் காலத்தில் விதிக்கப்பட்ட தடைகளெல்லாம் சமீபத்தில் நீங்கிவிட்டதினின்றும் ஆங்கில ராஜாங்கத்தார் என்னிடம் பரிபூர்ணமான நல்லெண்ணம் செலுத்துகிறார்களென்பது தெளிவாகப் புலப்படும். எனவே அந்நூலை சர்க்கார் பள்ளிக்கூடப் பாடங்களில் சேர்க்கும்படி செய்தல் எளிதாகும்.*

*மேலும், நான் அதை எழுதுகிற மாதிரியை ஒட்டியும் என் பெயரை ஒட்டியும் அந்நூல் தமிழ்நாட்டில் வசன காவியத்துக்கோர் இலக்கியமாக எக்காலத்திலும் நின்று நிலவும்படி செய்யப்படும்.*

*அதை அரமனை அச்சுக் கூடத்திலேயே அடிக்கலாம். சந்நிதானத்தின் உத்தரவு கிடைத்ததற்கு மறுநாள் முதலாகவே அச்சுக் கூடத்தில் கோப்பு வேலை தொடங்கி விடலாம். அன்றாடம் சேர்க்க வேண்டிய பகுதியை நான் முதல் நாள் எழுதிக் கொடுப்பேன். இக்காரியத்தில் இவ்விடத்து ராஜ குடும்பத்துக்கு அழியாத*

கீர்த்தியும் தமிழ் மொழிக்கொரு மேன்மையும் பொருந்திய சரித்திர நூலும் சமையும்.

இது தொடங்குவதற்கு விரைவில் உத்தரவளிக்கும்படி ப்ரார்த் திக்கிறேன். நூலின் 'காபிரைட்' அரமனைக்கே சேரும்.

சந்நிதானத்துக்கு மஹாசக்தி அமரத்தன்மை தருக.

சந்நிதானத்திடம் மிக்க அன்புள்ள
சி. சுப்பிரமணிய பாரதி

குறிப்பு: நான் இவ்வூரிலேயே ஸ்திரமாக வசிப்பேன். கைம்மாறு விஷயம் சந்நிதானத்தின் உத்தரவுப்படி

பாரதி

○

[ஓலைத் தூக்கும் சீட்டுக் கவியும் அனுப்பி மூன்று மாதங் களுக்குப் பின் எழுதப்படுகிறது இக்கடிதம். இந்த மூன்று மாதங்களும் பாரதி எட்டயபுரத்திலேயே இருந்திருக்கிறார்.

இந்தச் சமயத்தில், முந்திய கவிதைக் கடிதங்களால் பயனில் லாமற் போனதையும் பொருட்படுத்தாமல், எட்டயபுரம் மன்னர் குடும்பத்தின் பரம்பரைப் பெருமையை விளக்கக் கூடிய ஒரு திட்டத்தில் தமக்கும் அனுகூலம் ஏற்படட்டும் என்று பாரதி இக்கடிதத்தில் உள்ள திட்டத்தை மன்னருக்கு சமர்ப்பிக்கிறார். மன்னர் குலத்தின் புகழ் பெருகும், தமிழுக்கு சிறந்ததொரு நூல் கிடைக்கும், நூலின் உரிமை ஜமீன்தாரு டையதே, சன்மானம் உசிதப்படி, உத்தரவு கிடைத்த மறுநாளே அச்சுக் கோப்பு, இந்நூலை ராஜாங்கப் பாடசாலை களில் பாடமாக வைக்கலாம் என்று பலவித லாபங்களை அடுக்கிக்கொண்டே போகிறார் பாரதி.

தம்மீது பிரிட்டிஷ் அரசாங்கம் இன்னும் சந்தேகக் கண் ணோடு பார்க்கிறதோ என்ற காரணத்தினால்தானே மன்னர் தம்மைப் பார்க்கச் சம்மதிக்கவில்லை? அந்தச் சந்தேகத் தையும் நிவர்த்தி செய்ய முயல்கிறார் பாரதி. 1918 டிசம்பரில் சென்னை அரசுக்குக் கடலூரில் தந்த வாக்குறுதிகள் கால வரையறை உள்ளவை என்று பாரதியின் இக்கடிதம் விளக்கு கிறது. 1918 டிசம்பரில் தந்த வாக்குறுதிகள் 1918 ஆகஸ்ட் முதல் வாரத்திற்குள் தேவையற்றவையாகிவிடுகின்றன. ஆகவே, பாரதியார் தீவிர அரசியலில் ஈடுபடுவதில்லை

என்றும், புதிதாக எந்த நூல் வெளியிட்டாலும் போலீஸ் டிப்டி கமிஷனர் அனுமதி பெற்றே வெளியிடுகிறேன் என்றும் தந்த வாக்குறுதிகள் ஆறுமாத காலத்துக்கே அமலில் இருந்திருக்க வேண்டும்.

இக்கடிதத்தில் இன்னொரு விசேஷம். தமது ஓலைத் தூக்கிலும் சீட்டுக் கவியிலும் தமது புகழை வானளாவப் பாடும் பாரதி, இக்கடிதத்தில் மிகவும் அடக்க ஒடுக்கமாக விஷயத்தைச் சொல்கிறார். ஆனாலும் ஓர் இடத்தில் அவருடைய இருதலை மனப் பான்மை வெளியாகிறது.

மகாராஜாவின் சந்நிதானத்துக்கு என்று மன்னரின் பட்டப் பெயர்களுடன் துவங்கும் முதல் வாக்கியத்தை, முடிவில் "ஆசீர்வாதம்" என்ற வாழ்த்துடன் முடிக்கிறார்! எவ்வளவு தான் தம்மை மன்னரிடம் உதவி கோரும் நிலைக்குத் தாழ்த்திக் கொண்டாலும் தமது உயர்வை பாரதி மறக்க முடியவில்லை.]

•

# 16

### கானாடுகாத்தான் வயி.சு. சண்முகம் செட்டியாருக்கு நூல் பிரசுரம் பற்றிக் கடிதம், 1919

கடையம்
15 நவம்பர் 1919

ஸ்ரீமான் வயி.சு. ஷண்முகம் செட்டியாருக்கு ஆசீர்வாதம்.

1. ...

2. பகவத் கீதையை அச்சுக்கு விரைவில் கொடுங்கள். தங்களுக்கு இஷ்டமானால் அதற்கு நீண்ட விளக்கம் எழுதியனுப்புகிறேன். நீண்ட முகவுரையும் எழுதுகிறேன்.

   (கீதைக்கு) புஸ்தக விலை ரூ. 1க்குக் குறைத்து வைக்க வேண்டாம். தடித்த காயிதம்; நேர்த்தியான அச்சு; பெரிய எழுத்து; இட விஸ்தாரம். இவை கீதைக்கு மட்டுமேயன்றி நாம் அச்சிடப்போகும் புஸ்தகங்கள் எல்லாவற்றுக்கும் அவசியம்.

3. ஆங்கிலக் கவிகள், ஆசிரியரின் காவியங்களும் கதைகளும் இங்கிலாந்தில் எப்படி அச்சிடப்படுகின்றனவோ, அப்படியே நம் நூல்களை இங்கு அச்சிட முயல வேண்டும். அங்ஙனம் அச்சிட ஒரு ரூபாய் விலை போதாதென்று அச்சுக் கூடத்தார் அபிப்பிராயங் கொடுக்கும் பக்ஷத்தில் புஸ்தக விலையை உயர்த்துவதில் எனக்கு யாதோர் ஆக்ஷேபமுமில்லை.

4. பாஞ்சாலி சபதத்துக்கு முகவுரை (இரண்டாம் பதிப்புக்கு) இன்னும் சில நாட்களில் அனுப்புகிறேன்.

   தம்பி, இந்தப் 'பாஞ்சாலி சபதம்' இரண்டாம் பாகம் கையெ ழுத்துப் பிரதி அனுப்பியிருப்பதைச் சோம்பலின்றி தயவுசெய்து ஒருமுறை முற்றிலும் படித்துப் பாருங்கள். பிறகு அதை மிகவும் ஆச்சரியமாகவும் அழகாகவும் அச்சிடுதல் அவசியமென்பது தங்களுக்கே விசதமாகும்.

5. ......

ரா. அ. பத்மநாபன்

புதுச்சேரியில் (பாடிய) பாட்டுக்கள் அனைத்தையும் இங்கு குழந்தை தங்கம்மா தன்னுடைய நோட் புக்குகளில் எழுதி வைத் திருக்கக் கண்டு, அதைப் புதையல் போல் எடுத்து வைத்திருக்கிறேன்.

தங்களுக்கு மஹாசக்தி அமரத்தன்மை தருக.

தங்களன்புள்ள
சி. சுப்பிரமணிய பாரதி

○

(எட்டயபுரத்தில் எதிர்பார்த்த உதவிகள் கிடைக்கவில்லை. மீண்டும் கடையம் திரும்புகிறார் பாரதியார்.

செட்டி நாட்டுக் கலையன்பரும் வள்ளலுமாகிய கானாடு காத்தான் வயி. சு. சண்முகம் செட்டியாரின் அழைப்புக் கிணங்க பாரதி 1919 அக்டோபர் மாத இறுதியில் கானாடு காத்தான் போய்ச் சேர்ந்தார். அங்கே வயி.சு. மிகுந்த முன் யோசனையுடன் பாரதியாரின் வசதிக்காகச் செய்திருந்த ஏற்பாடுகள் கவிஞருக்கு மிகவும் பிடித்துவிட்டன. வயி.சு. மீது தாமாகவே ஒரு பாட்டு, "செட்டி மக்கள் குலவிளக்கு", பாடிவிட்டு, தாம் கானாடுகாத்தானிலேயே தங்கி வாழ இசைவு தெரிவித்து, கடயத்திலிருந்து செல்லம்மாவை அழைத்துவர ஆள் அனுப்புகிறார். தமது தமயனாரின் கட்டுப்பாட்டில் இருந்த செல்லம்மாள், பாரதி கானாடுகாத் தானில் நிலையாக இருப்பாரா என்று சந்தேகித்து, வர வில்லை. பாரதி, உடனே, கடையம் திரும்பிவிட்டார்.

1920 ஜனவரி மாதம் காரைக்குடி வழியே மீண்டும் கானாடு காத்தான் போகிறார் கவி. காரைக்குடியில் ஹிந்து மதாபிமான சங்க இளைஞர் பால் மனமுவந்து, சங்கத்தின்மீது ஒரு பாடல் பாடுகிறார்; சங்க அங்கத்தினர்களுடன் இரண்டு புகைப்படம் எடுத்துக்கொள்கிறார்.

கானாடுகாத்தான் முதல் விஜயத்துக்குப் பிறகு கடையம் திரும்பிய பாரதியார் வயி.சு. சண்முகத்துக்கு எழுதிய கடிதம் இது. வயி.சு.வின் உதவியுடன் தமது நூல்களை அச்சிட்டு வெளியிட பாரதி முயற்சி செய்தது இக்கடிதத்தில் புலனா கிறது. கீதைக்கு, இக்கடிதத்தில் குறித்தபடி, நீண்ட முகவுரை யும் குறிப்புகளும் அவர் பின்னர் எழுதியுள்ளார்.

தமது நூல்களை ஆங்கில நாட்டு நூல்கள் போல உயர்ந்த முறையில் அச்சிட வேண்டும் என்று இக்கடிதத்தில் பாரதி

குறிப்பிடுகிறார். நூல் விலையும் ரூ. 1க்கு அதிகமாகவும் வைக்கலாம் என்கிறார். ஆனால், இத்திட்டப்படி எந்த நூலும் வெளியாகவில்லை. மறுவருஷம், 1920இல் தமது நூல்களை 40 பகுதிகளாகப் பிரித்து வெளியிட வேண்டும் என்று விரிவான திட்டம் வகுக்கிறார் பாரதி. இத்திட்டத்தில் தமது நூல்களை அமெரிக்க முறையில் அச்சிட்டு வெளியிட வேண்டும் என்கிறார்; விலைகள் எட்டணா, நாலணாவாக இருக்க வேண்டும் என்கிறார்.

'பாஞ்சாலி சபதம்' போன்ற அரிய ரத்தினம் ஒன்றை வைத்துக்கொண்டு, அதை வெளியிடவும், அதன் மகிமையை அன்பர்கள் உணர வேண்டும் என்பதிலும் பாரதியார் படும் பாடு சொல்லத் தரமன்று!

இக்கடிதம் 'குமரி மலர்' 1973 அக்டோபர் இதழில் முதலில் வெளிவந்தது.]

●

# 17

## பாரதியின் விரிவான நூல் பிரசுரத் திட்டம்
## ஆங்கில அச்சுக் கடிதம், 1920

C. SUBRAMANIA BHARATI  
Kadayam  
28th June 1920

To  
R. Srinivasa Varadacharya  
Madura.

Dear friend,

All my manuscripts - the accumulated labour of my 12 years' exile have arrived here from Pondicherry. They are to be divided into 40 separate books; of each book I print 10,000 copies for the first edition. This work will cost me an initial outlay of Rs.20,000. And, within one year, or at the most, two years from the date of publication, I shall certainly be able to get a net profit of a lac and a half rupees.

Most of the works which I have now selected for publication are prose-stories, sensational and, at the same time, classical; very easy, lucid, clear; luminous and all but too popular in style and diction and, at the same time, chaste, pure, correct, epic and time-defying. This fact and (2) the ever-growing increase of Tamil-reading men, women and children in the Tamil land and the Tamil world overseas; (3) the historic necessity of my works for the uplift of the Tamil land which, again, is a sheer necessity of the inevitable, imminent and heaven-ordained Revival of the East; (4) the novel and American-like improvements which I propose to make in the printing, binding and get-up of my editions-which, aided by the beautiful and suitable pictures illustrating the interesting events occurring in the stories, will make them a tremendous attraction to our public and such a wondrous surprise; (5) the comparatively low price of my books; for I am going to sell my prose-works uniformly at eight annas a copy and my poems at, so far as possible, four annas a copy; and (6) my high reputation and unrivalled popularity in the Tamil-reading world due to my past publications - all these are bound, most evidently, to make my sales a prodigious success.

Please send whatever you can send as loan towards the printing expenses. I expect from you at least Rs.100. Kindly induce at least twenty more of your friends to lend me similar and much larger sums, if possible.

I shall give stamped 'Pro'- notes for the sums I receive from you and your friends, paying the generous interest of 2% per month, in view of my large profits. Expecting, very eagerly, your kind reply and scores of money orders from your side and praying to God to grant you a long and joyous life,

I remain,<br>
Yours faithfully,<br>
C. Subramania Bharati

N. B: All Government restrictions against me have been removed and all accusations withdrawn and so Government officials may also be asked to subscribe for this loan. Nobody's name will be announced to the public in this connection and the subscribers will be merely treated as private creditors. The debts will be fully cleared within 2 years. C.S.B

o

[*1919*இலும், *1920*இன் முன்பகுதியிலும் பாரதியாரின் வாழ்க்கை நிலையற்றதாக இருந்தது. சிறை போன்ற புதுச்சேரி வாழ்க்கையிலிருந்து விடுபட்டு, சுயேச்சையுடன் பிரிட்டிஷ் இந்தியாவில் இயங்கலாம் என்ற ஆர்வத்தில் அவர் தமது நூல்களை ஒழுங்குபடுத்தி வெளியிடப் பல விதத்தில் முயற்சி செய்தார். எட்டயபுரம் பயனில்லை என்றாகிவிட்டது; அன்பர் வயி.சு. சண்முகம் செட்டியாரின் உதவியுடன் நூல் களைப் பிரசுரிக்க முயன்றதும் உடனடியாகப் பயனளிக்க வில்லை. இதன்பின், தமது நூல்கள் அனைத்தையும் தாமே தொடர்ச்சியாக வெளியிட விரிவான திட்டம் ஒன்று தயாரிக் கிறார். 40 புத்தகங்கள்; எட்டணா, நாலணா விலையில்.

இதற்கான மூலதனத்துக்கு அன்பர் ஆதரவை நாடுகிறார். இதற்கென முதலில் ஆங்கிலத்திலும், பிறகு தமிழிலும் அச்சடித்த கடிதம் ஒன்றைப் பலருக்கு அனுப்புகிறார்.

இந்த ஆங்கிலக் கடிதத்தில், தமது நூல்களின் பெருமையையும் அவசியத்தையும் அவர் கணிப்பதே தனி அழகும்! தமது உரைநடை நூல்களுக்கு அவர் தரும் மதிப்பும் குறிப்பிடத்தக்கது.

பாரதி அனுப்பிய ஆங்கிலக் கடிதத்தின் தமிழாக்கம் கீழே தரப்படுகின்றது. சோழவந்தான் தேசபக்தர், மதுரை வாசி ஆர். ஸ்ரீநிவாஸவரதனுக்கு அனுப்பிய கடிதத்தின் பிரதி இங்கு தரப்படுகிறது.]

O

ஓம் சக்தி

சி. சுப்பிரமணிய பாரதி.　　　　　　　கடையம்
　　　　　　　　　　　　　　　28 ஜூன் 1920

ஆர். ஸ்ரீநிவாஸ வரதாசார்யனுக்கு,
மதுரை.

அன்புள்ள நண்பரே,

எனது எழுத்துப் பிரதிகள் யாவும் – என்னுடைய பன்னிரண்டு வருஷ அஞ்ஞாத வாசத்தின் பலன்கள் – புதுவையிலிருந்து இங்கு வந்து சேர்ந்துவிட்டன. அவற்றை 40 தனிப் புத்தகங்களாகப் பிரிக்க வேண்டும்; முதல் பதிப்பாக ஒவ்வொரு புத்தகத்திலும் 10,000 நான் அச்சிடப் போகிறேன். இந்த வேலைக்கு ஆரம்பத்தில் 20,000 ரூபாய் மூலதனம் தேவைப்படும். புத்தகங்கள் வெளிவந்த ஒரு வருஷத்தில், அதிகமானால் இரண்டு வருஷத்திற்குள், செலவெல்லாம் போக நிகர லாபமாக ஒன்றரை லட்சம் ரூபாய் அடைவது நிச்சயம்.

வெளியிடுவதற்காக நான் இப்போது தேர்ந்தெடுத்திருக்கும் நூல்களில் பெரும்பாலானவை வசன கதைகள். அவை நெஞ்சை அள்ளக்கூடியவை. அதே சமயம் ஆழ்ந்த இலக்கிய அழகு கொண்டவை; எளிய நடையில் உள்ளவை; தெளிவானவை; ஒளி மிகுந்தவை; ஜனங்களுக்குப் பிடித்தமான நடையும் சொல்லழகும் கொண்டவை. அதே சமயம், பரிசுத்தமானவை; வழுவில்லாதவை. இவை காவிய ரஸம் பொருந்தியவை, காலத்தை மீறி நிற்க வல்லவை. இதனாலும், இது தவிர, 2. தமிழ்நாட்டிலும் தமிழ் படிக்கும்

வெளிநாடுகளிலும் தினந்தோறும் தமிழ் வாசகர்கள் – ஆண், பெண் குழந்தைகள் – எண்ணிக்கை பெருகி வருவதாலும்; 3. தமிழ்நாட்டைக் கைதூக்கி விடுவதற்கு எனது நூல்கள் அத்தியாவசியமானவை என்ற சரித்திரப் பூர்வமான உண்மையாலும், உடனே நிகழப் போவதும் தெய்வசித்தமானதும் தவிர்க்கவொண்ணாததுமான கீழ்த்திசை நாடுகளின் மறுமலர்ச்சிக்குத் தமிழகத்தின் மேம்பாடு அத்தியாவசியம் என்பதாலும்; 4. என்னுடைய பதிப்புகளில் நான் கையாளப்போகிற புதுமையான அமெரிக்க நேர்த்தியிலுள்ள முன்னேற்றங்களாலும், கதைகளில் வரும் சம்பவங்களுக்கேற்ப அழகான, பொருத்தமான சித்திரங்களைக் கொண்டிருப்பதாலும் மக்கள் பிரமித்துப் போய் மனதைப் பறிகொடுத்துவிடுவார்கள் என்பதனாலும்; 5. எனது நூல்களின் மலிவான விலையினாலும், வசன நூல்களை எட்டணா விலையிலும், கவிதை நூல்களைக் கூடுமானவரை நான்கணா விலையிலும் நான் விற்கத் திட்ட மிட்டிருப்பதனாலும், என்னுடைய முந்தைய பிரசுரங்களினால் எனக்கிருக்கும் உயர்ந்த மதிப்பினாலும் ஈடு இணையற்ற செல்வாக் கினாலும் இவை எல்லாவற்றினாலும் என்னுடைய நூல்கள் அமோகமாக விற்பனையாவது திண்ணம்.

புத்தகங்களை அச்சடிப்பதற்கான செலவிற்காக உங்களால் முடிந்த அளவு தொகையை தயவு செய்து கடனாக அனுப்பி வையுங்கள். உங்களிடமிருந்து குறைந்தபட்சம் 100 ரூபாயாவது எதிர்பார்க்கிறேன். அருள் கூர்ந்து தங்கள் நண்பர்கள் இருபது பேரையாவது இதே மாதிரியோ அல்லது அதிகமான தொகையோ கடன் தந்து உதவும்படி தூண்டுங்கள்.

உங்களிடமிருந்தும் உங்கள் நண்பர்களிடமிருந்தும் கிடைக்கும் தொகைகளுக்கு நான் ஸ்டாம்பு ஒட்டிப் புரோ நோட்டு எழுதிக் கொடுக்கிறேன். எனக்குக் கிடைக்கக்கூடிய அபரிமிதமான லாபத்தை முன்னிட்டு, மாதம் 2 சதவிகிதம் தாராளமாகவே வட்டி தருகிறேன். உங்கள் அன்பான பதிலையும உங்கள் தரப்பிலிருந்து ஏராளமான மணியார்டர்களையும் மிக்க ஆவலுடன் எதிர்பார்த்துக்கொண்டும், தங்களுக்கு நீடித்த ஆயுளும் இன்பகரமான வாழ்க்கையும் அளிக்கு மாறு கடவுளைப் பிரார்த்தித்துக்கொண்டுமிருக்கும்,

தங்களன்புள்ள,
சி. சுப்பிரமணிய பாரதி

குறிப்பு: என் மீதிருந்த அரசாங்கத் தடைகள் யாவும் நீக்கப்பட்டு விட்டன, என் மீது சுமத்தப்பட்ட குற்றச்சாட்டுகள் யாவும் வாபஸ் பெறப்பட்டு விட்டன. ஆகையால் அரசாங்க உத்தியோகஸ் தர்கள் கூட இந்தக் கடனுக்கு உதவி செய்யும் படி தூண்டலாம். இது சம்பந்தமாக எவருடைய பெயரும் வெளியிடப்படமாட்டாது;

கடன் தருபவர்கள் யாவரும் தனிப்பட்ட முறையில் கடன் தந்தவர்களாகவே கருதப் படுவார்கள். இரண்டே வருஷங்களில் இக்கடன்கள் யாவும் தீர்க்கப்பட்டு விடும் – சி.எஸ்.பி.

O

[இந்த அச்சுக் கடிதம் பாரதியாரின் பலவித திறமைகளை அற்புதமாக எடுத்துக் காட்டுகிறது. தமது நூல்களை வெளியிடுவது பற்றி அவர் என்னென்ன விதத்தில் எவ்வளவு தெளிவாகச் சிந்தனை செய்துள்ளார் என்பது இக்கடிதத்தின் மூலம் தெளிவாக விளங்குகிறது.

இந்தக் கடிதத்தில் அவர் குறிப்பிடும் ஒவ்வொரு விஷயமும் நமது ஆழ்ந்த கவனத்துக்கு உரியவையாக விளங்குகின்றன. பாரதி நூற்றாண்டு விழாவின் போதாவது பாரதியார் விரும்பிய விதமாக அவரது நூல்கள் அனைத்தும், சிறந்த சித்திரங்களுடன், சிறப்பாக, "அமெரிக்க முறையில்" அச்சாகி வெளிவந்தால் எவ்வளவு உயர்வான நூற்றாண்டுக் காணிக்கையாக அமையும்! இதை பாரதி அன்பர்கள், பாரதி நூல் வெளியிடும் நூல் வெளியீட்டாளர்கள், பாரதி நூல்களை ஒன்று விடாமல் படிக்க விரும்பும் வாசக நேயர்கள் ஆகிய யாவரும் நன்கு சிந்தித்துப் பார்த்து, உருப்படியாக இது கைகூடும்படி செய்ய வேண்டும்.*

இந்தக் கடிதத்தில் கண்டுள்ள நூல் பதிப்புத் திட்டம் கவியின் கற்பனை என்று ஒதுக்கக் கூடியதல்ல. திட்டம் உயர்வானது, வர்த்தக முறையில் அமைந்தது, காரிய சாத்தியமானது, வியாபார முறையில் வெற்றிகரமாக நடத்திக்காட்டக் கூடியது தான். இப்பதிப்புக்காகத் தமது நூல்களை 40 புத்தகங்களாகப் பிரித்தல், அவற்றில் பெரும்பாலானவை சுவையான உரை நடை நூல்களாக இருத்தல், அவற்றிற்கான அச்சு முறை, சித்திர வேலைப்பாடு, குறைந்த விலை - யாவற்றிலுமே பாரதியார் அதிசயமான வர்த்தகத் திறமையைக் காட்டி யிருக்கிறார். வயி. சு. சண்முகம் செட்டியாருக்கு 1919இல் எழுதிய கடிதத்தில், பகவத் கீதையை அவசியமானால் ஒரு ரூபாய்க்கும் அதிகமான விலையில் விற்கலாம் என்று எழுதிய அதே பாரதியார், ஒரே ஆண்டில், நூல்கள் விலை பற்றித் தமது கருத்தை மாற்றிக் கொண்டார். எட்டணா,

---

\* இக் குறிப்பு பாரதி நூற்றாண்டுக்கு முன்பாக 1982 பெப்ருவரியில் எழுதியது.  
ரா- அ. ப.

நாலணா விலை என்பது குறிப்பிடத்தக்க மாறுதலாகும். இத்தனைக்கும் வரவு - செலவு, லாப நஷ்டக் கணக்கிலும் அவர் பிசகின்றியே திட்டமிட்டுள்ளார். நூல்களை அச்சிடுவது மட்டுமின்றி 10,000 ரூபாய் அளவுக்குச் செலவு செய்து விளம்பரம் செய்யவும் திட்டம் இடமளித்தது. இவ்விவரம் இத்திட்டம் பற்றிய தமிழ் அச்சுக் கடிதத்தில் தெளிவாகக் கூறப்பட்டுள்ளது.

நூலை அச்சிட்டு விடலாம், விற்றாக வேண்டுமே; அதற்குக் கணிசமான விளம்பரச் செலவு செய்யத் தயங்கக் கூடாது என்ற பேருண்மையை பாரதியார் அறிந்திருந்தார் என்பது வியப்பல்லவா?

தமது நூல்களைப் பற்றி பாரதியாரது வர்ணனையும் அற்புத மானது. வசனத்துக்கு அவர் முதலிடம் கொடுக்கிறார். அவை எப்படிப்பட்ட தமிழில் உள்ளன? "நெஞ்சை அள்ளக் கூடியவை; அதே சமயம் ஆழ்ந்த இலக்கிய அழகு கொண் டவை; எளிய நடையில் உள்ளவை; தெளிவானவை; ஒளி மிகுந்தவை; ஜனங்களுக்குப் பிடித்தமான நடையும் சொல் லழகும் கொண்டவை; அதே சமயம் பரிசுத்தமானவை; வழுவில்லாதவை. இவை காவிய ரஸம் பொருந்தியவை; காலத்தை மீறி நிற்க வல்லவை" என்று அவரே கூறியுள்ளதை விட அழகாக யாரால் சொல்ல முடியும்!

மேலும், தமது எழுத்துக்கள் தமிழ்நாட்டைக் கைதூக்கி விட "அத்தியாவசியமானவை" என்று உறுதியாய்க் கூறு கிறார். தமிழ்நாட்டின் விழிப்பு தவிர்க்க முடியாத, தெய்வ சித்தமான கீழ்த் திசை நாடுகளின் விழிப்புக்கு அவசியம் என்று எவ்வளவு திடமாகக் கூறுகிறார்!

நூல்களை அச்சிடும் நேர்த்தியிலும், தகுந்த சித்திரங்களால் அலங்கரிக்க வேண்டிய அவசியத்திலும் அவர் காட்டும் கவனம் மறக்கக்கூடியதல்ல. இன்றுகூட சித்திரங்கள் கொண்ட பாரதி நூல்கள் வெளிவரவில்லை என்பதை நினைத்துப் பார்த்தால்தான், நமது வரட்சியும் பாரதியாரின் வளமான பார்வையும் புலனாகும்.

'நீங்கள் மட்டுமல்ல, உங்கள் நண்பர்களையும் பெருமளவில் தூண்டி உதவச் செய்யுங்கள்' என்ற வர்த்தக யுக்தியையும் அவர் விட்டு விடவில்லை. தம் மீதிருந்த அரசாங்கத் தடைகள் நீங்கிவிட்டதால், வசதி படைத்த அரசாங்க உத்தி யோகஸ்தர்களும் உதவலாம் என்பதையும், எவர் பெயரும் வெளியிடப்படமாட்டாது என்பதையும் தெளிவாக்குவது அவரது முன்யோசனையைக் காட்டுகின்றது.

ஆனால், என்ன விரிவாக, எவ்வளவு அழகான, வர்த்தக முறையில் அமைந்த திட்டம் போட்டுத்தான் பயன் என்ன? பாரதியாரிடம் தமிழ் மக்களுக்கு அன்று நம்பிக்கை பிறக்க வில்லை. கவிதானே, அவர் வாழ்வில் வர்த்தக மனப்பான்மை காட்டவில்லையே என்று கருதிவிட்டார்கள் போலும்! அவரிடம் பற்றுதலும் அனுதாபமும் கொண்ட நண்பர்கள்கூட - ஓரிருவர் தவிர - பணம் தந்தார்களோ என்னவோ! இல்லை என்றே தோன்றுகிறது.

ஆயினும் நூல் பிரசுரத் திட்டம் பாரதியாரின் மனதை விட்டு அகலவில்லை. கடயத்தை விட்டு சென்னை சேர்ந்து, *சுதேசமித்திரனில்* மீண்டும் வேலைக்குச் சேர்ந்தபோது கூட அவர் தமது நூல் பிரசுரத் திட்டம் பற்றிய முயற்சி களைக் கைவிடவில்லை. ஆங்கிலக் கடிதம் தவிர, தமிழிலும் அதே போல, இன்னும் சிறப்புகளை எடுத்துரைக்கும் அச்சுக் கடிதம் ஒன்றைப் பல நண்பர்களுக்கு அனுப்புகிறார். "தமிழ் வளர்ப்புப் பண்ணை" என்ற நிறுவனம் ஒன்றை அமைத்து, அதன் சார்பில் அவர் அனுப்பிய தமிழ் அச்சுக் கடிதம் அடுத்தபடி வெளியாகியுள்ளது.]

•

# 18

## நூல் பிரசுரத் திட்டம்
## தமிழ் அச்சுக் கடிதம், 1920

ஓம் சக்தி

### தமிழ் வளர்ப்பு – ஒரு வேண்டுகோள்
### [ஸ்ரீமான் சி. சுப்பிரமணிய பாரதியின் புதிய நூல்கள்]

அன்பர்களே,

ஸ்ரீமான் சி. சுப்பிரமணிய பாரதியின் தமிழ் புதுமை, தெளிவு முதலிய பல குணங்களுடையதாய்த் தமிழ்நாட்டில் எல்லா ஜனங்களாலும் மிகவும் அன்புடனும் ஆதரவுடனும் போற்றப்பட்டு வருகிறதென்ற விஷயம் உங்களுக்குத் தெரியாததன்று.

இவர் இயற்றிய *ஞானரதம்* என்ற கதையைப் பற்றி எழுதுகையில், மிகவும் கீர்த்தி பெற்ற ஆசிரியராகிய மஹேச குமார சர்மா, இதைப் போன்ற அற்புதமான கதை தமிழ்ப் பாஷையில் வேறு கிடையாதென்று சொல்லுகிறார். அங்ஙனமே ஸ்ரீமான் பாரதி இயற்றிய *கண்ணன் பாட்டு* முதலிய நூல்களை அச்சிட்டு வெளிப்படுத்தியிருக்கும் *தேசபக்தன்* உதவிப் பத்திராதிபராகிய ஸ்ரீமான் நெல்லையப்ப பிள்ளை நமது பாரதியாரைத் தெய்விகப் புலவரென்றும், தமிழ்நாட்டின் தவப் பயனென்றும், ஜீவன் முக்தரென்றும் கொண்டாடுகிறார். இவர் நூல்களில் ஏற்கனவே வெளிப்பட்டிருக்கும் பகுதிகளைப் படித்தவர்களனைவரும் மேலே காட்டிய வியப்புரைகளை எளிதில் அங்கீகாரம் செய்வார்கள்.

### பூமண்டலம் நிறைந்த கீர்த்தி

ஆனால் இவருடைய கீர்த்தி தமிழ்நாட்டில் மாத்திரமே பரவியிருப்பதாக நினைத்துவிடக் கூடாது. இவருடைய பாட்டுக்கள் பல தெலுங்கு பாஷையில் மொழிபெயர்க்கப்பட்டு ஆந்திர தேசத்தாரால் கொண்டாடப்படுகின்றன. ஐர்லாந்து தேசத்து

மஹாகவிகளில் ஒருவரும் ஜப்பான் தேசத்தின் ராஜதானியாகிய டோக்யோ நகரத்திலுள்ள *Imperial University* (இம்பீரியல் யூனிவர் ஸிடி) என்ற ஸாம்ராஜ்ய ஸர்வ கலா ஸங்கத்தில் இங்கிலீஷ் ஆசிரியராக விளங்கியவருமாகிய ஜேம்ஸ் எச். கஸின்ஸ் (*James H. Cousins*) என்பவர் இவருடைய தமிழ்ப் பாட்டுக்கள் சிலவற்றை இங்கிலீஷில் மொழிபெயர்த்து மேல்நாட்டார் வியப்புறும்படி செய்திருக்கிறார். மேலும், ஷ கஸின்ஸ் என்ற வித்வான் 1916 டிஸம்பர் 8ஆம் தேதியன்று பிரசுரமான *காமன்வீல்* பத்திரிகையில் வெர்ஹேரன் (*Verhaeren*) என்ற பெல்ஜியம் தேசத்துக் கவிச் சக்கர வர்த்தியைப் பற்றி எழுதி இருக்கும் நீண்ட வ்யாஸத்தினிடையே, ஷ வெர்ஹேரனையும் நம் இந்தியா தேசத்துப் புலவர் சிலரையும் சீர்தூக்கிப் பார்க்குமிடத்தே பின்வருமாறு சொல்லுகிறார்:

("The seeing eye apprehends Beauty not only in the thing seen but through it; and the more faithfully the thing is seen as channel and symbol, the more certainly will both it and the seer be dignified, not degraded. Verhaeren came within sight of imaginative freedom; but it is in the poetry of Tagore and Naidu, Ghose and Bharati and their spiritual comrades of the Irish School that the purest and truest expression of realised Beauty can be found.") இதன் பொருள் பின் வருமாறு:

"ஒரு வஸ்துவின் புறத்தே காணப்படும் ஸௌந்தர்யத்தை மட்டுமன்றி அதனை ஊடுருவிப் பார்த்து (அதில் மறைந்து கிடக்கும்) உள்ளழகையும் உணரும் சக்தி ஞான திருஷ்டிக்குரியதாகும். புறத்தோற்றம் வெறுமே வாய்க்கால் போன்றது; வெறும் அடையாள மென்பதை ஒரு புலவன் எத்தனைக்கெத்தனை தெளிவாகக் காணுகிறானோ, அத்தனைக்கத்தனை அந்த வஸ்துவுக்கும் அந்தப் புலவனுக்கும் அதிக மஹிமையேற்படும். இங்ஙனம் விமோசனம் படைத்த ஞான திருஷ்டி யெய்தும் பருவத்தை வெர்ஹேரன் கவி மிகவும் நெருங்கி வந்தார். ஆனால் ரவீந்ரநாத் டாகுர், ஸரோஜினி நாயுடு, அரவிந்த கோஷ், சுப்பிரமணிய பாரதி இவர்களுடைய கவிதையிலும், இவர்களைப் போன்ற ஞானத் தெளிவு கொண்ட ஐரிஷ் கவிஞர் சிலரின் கவிதையிலேயுந்தான் ஸௌந்தர்ய தெய்வத்தை ப்ரத்யக்ஷமாகக் கண்டு, அதை உண்மையாகவும் சுத்தமாகவும் உணர்த்தும் சக்தி காணப்படுகிறது" என்கிறார்.

இங்ஙனம் கீர்த்தி வாய்ந்த கவியரசர் ஒருவர் தமிழ்நாட்டில் இருப்பது நமக்கெல்லாம் சால மிகப் பெருமையன்றோ? இவர் தமிழ்நாட்டையும் தமிழ் பாஷையையும் மேம்படுத்தியதற்கு நாம் என்ன கைம்மாறு செய்யப் போகிறோம்? எனிலும், இவருக்கு நாம் செலுத்த வேண்டிய கடமையில் ஒரு சிறிதளவு செலுத்து தற்குரிய சந்தர்ப்பம் இப்போது வாய்த்திருக்கிறது. அது யாதெனில் சொல்லுகிறேன்.

ஸ்ரீமான் பாரதியார் பன்னிரண்டு வருஷம் ப்ரிட்டிஷ் இந்தியாவை விட்டுப் புதுச்சேரியில் வனவாஸம் செய்துகொண்டிருந்தார். அந்தக் காலத்தை யெல்லாம் அவர் அங்கு வீணே கழிக்கவில்லை. ஏராளமான நூல்களெழுதிக் குவித்துக்கொண்டிருந்தார்.

### பாரதியார் நூல்களை அச்சடிக்கிற மாதிரி

அவற்றையெல்லாம் இப்போது அச்சிடப் போகிறார். அவற்றை 40 புஸ்தகங்களாகப் பிரித்து ஒவ்வொரு புத்தகத்திலும் 10,000 பிரதிகள் அச்சிட உத்தேசிக்கிறார். 40 x 10,000 (நாற்பதைப் பத்தாயிரத்தால் பெருக்கும்போது) 4 லக்ஷம் சுவடிகளாகின்றன. இந்நான்கு லக்ஷம் புஸ்தகங்களும் தமிழ்நாட்டில் மண்ணெண்ணெய் தீப்பெட்டிகளைக் காட்டிலும் அதிக ஸாதாரணமாகவும், அதிக விரைவாகவும், விலைப்பட்டுப் போகுமென்பதில் சிறிதேனும் ஸந்தேஹத்துக்கிடமில்லை. இங்ஙனம் நிச்சயமாக அறிந்துகொள்ள எத்தனையோ காரணங்களிருக்கின்றன. இவற்றுள் முக்யமான சில காரணங்களை இங்கு குறிப்பிடுகிறேன்.

**முதலாவது:** இந்நூல்களிலே பெரும் பகுதி வசன நூல்கள்; நேர்த்தியான, ஆச்சர்யமான, ரஸமான, வாசிக்க வாசிக்கத் தெவிட்டாத கதைகளடங்கிய வசன கிரந்தங்கள். மிகவும் தெளிவான, இனிய, எளிய, தமிழ் நடையில் குழந்தைகளுக்குக்கூட நன்றாக விளங்கும்படி எழுதப்பட்டன. எனவே இந்நூல்கள் லக்ஷக்கணக்காக விலையாகு மென்பதில் ஸந்தேஹமில்லை.

**இரண்டாவது:** தமிழ்நாட்டிலும் தமிழர் சென்று குடியேறியிருக்கும் வெளித் தீவுகளிலும், தமிழ் வாசிப்பவரின் ஜனத்தொகை நாளுக்கு நாள், ஒன்று, பத்து, நூறு, ஆயிரமாகப் பெருகிக்கொண்டு வருகிறது.

**மூன்றாவது:** இந்த நூல்கள் அச்சிடப்படும் மாதிரியே இவை ஏராளமாக விலைப் படுவதற்கொரு ஸாதனமாகும்; அமெரிக்கா, ஐரோப்பா கண்டத்துப் பதிப்புகளைப் போல் நேர்த்தியாகவும் மனோ ரம்யமாகவும் நல்ல காயிதத்தில், தெளிவான எழுத்துக்களில், தெளிவாகப் பதம் பிரித்து ஆச்சர்யமான தகுந்த சித்திரங்கள் பதிப்பித்து வெளியிடுவதால், இந்நூல்கள் ஜனங்களுக்குள்ளே மிகுந்த வியப்பையும், பிரியத்தையும் விளைவித்து லக்ஷக்கணக்காக விலையாகுமென்பதில் ஸந்தேகமில்லை.

**நான்காவது:** ஏழை, எளியவர் உட்பட, ஸகல ஜனங்களும் வாங்கும்படி இவற்றின் விலை மிகவும் குறைவாக ஏற்படுத்தப்படும். சராசரி ஒரு புஸ்தகத்தின் விலை அரை ரூபாய்.

**ஐந்தாவது:** "கீழ்த் திசை முன்னேற்றம் பெறக்கடவது. புனர் ஜன்மம் எய்தக் கடவது" என்று கால சக்தி விதித்திருக்கிறது. தமிழ்நாடும் ஆசியாவின் பகுதியாதலால், இதற்கும் அந்தப் புனர்

ஜன்மம் உண்டு. இப்புனர்ஜன்மத்தை ஏற்படுத்துவதற்கு ஸ்ரீமான் சுப்பிரமணிய பாரதியின் நூல்களே தகுந்த கருவிகளாவன. ஆதலால், தெய்வ பலத்தைக் கருதுமிடத்தேயும் இந்நூல்கள் லக்ஷக்கணக்காக விலை யாகுமென்பது தெளிவாக விளங்குகிறது.

**ஆறாவது:** ஸ்ரீமான் சுப்பிரமணிய பாரதியாருக்குத் தமிழ் நாட்டில் நிகரற்றுயர்ந்த கீர்த்தி ஏற்பட்டிருக்கிறது. இவர் நூல்களை வாங்காமல் ஜனங்கள் யாருடைய நூல்களை வாங்கப் போகி றார்கள்? இந்த நூல்கள் மிகவும் நீண்ட பக்ஷம் 2 வருஷங்களில் விலையாகி விடும். அதற்குள்ளேயே இரண்டாம் பதிப்புக்களுக்கும் புதிய நூல்களுக்கும் வேண்டுதல் ஏற்படுமென்பது மிகவும் நிச்சயம்.

## வரவு செலவு கணக்கு

இவற்றை இவர் விரும்புகிறபடி அச்சிட 20000 ரூபாய் பிடிக்கும். விளம்பரச் செலவு 10000 ரூபாய். ஷை 30000 ரூபாய்க்கு மாஸம் 1க்கு 2 ரூபாய் வீதம் இரண்டு வருஷத்து வட்டி ரூபாய் 14,400. ஆக மொத்தம் செலவு ரூபாய் 44,000.

புஸ்தகம் ஒன்றுக்கு அரை ரூபாய் வீதம், மொத்தப் புஸ்தகத் துக்கு வரவு ரூபாய் 2 லக்ஷம். ஆகவே, மிச்ச லாபம் 15,60,000. ஒன்றரை லக்ஷத்தாறாயிர ரூபாய் ஸித்தமாகக் கிடைக்கிறது. இத்தனை நல்ல லாபம் கிடைப்பதை உத்தேசித்தே ஸ்ரீமான் பாரதியார் மாஸம் 1க்கு ரூபாய் 2 வீதம் வட்டி கொடுக்கத் துணிந்தார்.

## பிரார்த்தனை

இதற்குத் தாங்களும் தங்கள் நண்பர்களும் தலைக்குக் குறைந்த பக்ஷம் ரூ. 100 வீதம் இயன்ற தொகை கடனாகவேனும் இனாமாக வேனும் கொடுத்துதவும்படி பிரார்த்திக்கிறேன். இனாமாகக் கொடுப்போர் ஸ்ரீமான் பாரதியாரால் மேன்மேலும் நடத்தப்படும் தமிழ் வளர்த்தலாகிய மஹா புண்ணிய கர்மத்திற்குப் பொருள் கொடுத்து, எக்காலத்திலும் அழியாத புண்ணியமடைவார்கள். கடனாகக் கொடுப்போர்க்கு அங்ஙனமே உயர்ந்த புண்ணியம் கிடைப்பதுடன் மிகவும் லாபகரமான வட்டியும் கிடைக்கிறது. கடன் கொடுப்போர்க்கு ஆறு மாஸங் கழிந்தவுடன் மாஸந்தோறும் வட்டி கொடுக்கப்படும். முதலும் வட்டியும் இரண்டு வருஷ காலத்தில் முழுதும் கொடுத்துக் கணக்குத் தீர்த்து விடப்படும். கீர்த்தியை விரும்புவோர்க்கு இதில் கீர்த்தியும் கிடைக்கும். உத்தம கார்யம். எந்த வகையில் யோசித்தாலும் செய்யத்தக்கது.

தாங்களும் தங்கள் நண்பர்களும் அனுப்பக்கூடிய தொகையை உடனே மணியார்டர் செய்தனுப்புங்கள். கீழே ஸ்ரீமான் சி. சுப்பிர மணிய பாரதியின் விலாஸம் குறிப்பிடப்பட்டிருக்கிறது. அவருடைய விலாஸத்திற்குப் பணம் அனுப்பினால் அவர் கடனாகக் கிடைக்குந்

தொகைகளுக்கு ஓரணா ஸ்டாம்பு ஒட்டிக் கடன் பத்திரமெழுதிக் கையெழுத்துச் சார்த்தி உங்களுக்கனுப்புவார். தகுந்த லாபம் கிடைக்கும். ஸமயத்தை மதி மயக்கத்தாலே தவறவிட்டு விடாதீர்கள்!

அன்பர்களே, உடனே, உடனே, உடனே, தத்தம்மால் இயன்ற தொகைகளை அடியிற் கண்ட ஸ்ரீமான் சி. சுப்பிரமணிய பாரதியாரின் விலாசத்துக்கனுப்புங்கள். உங்களுக்கு மஹாசக்தி அமர வாழ்க்கை தருக.

உங்களன்பு மிக்க
காரியதரிசி
தமிழ் வளர்ப்புப் பண்ணை
சென்னை

குறிப்பு: பணம் அனுப்ப வேண்டிய விலாசம்:
ஸ்ரீமான் சி. சுப்பிரமணிய பாரதி,
“சுதேசமித்திரன்” உதவிப் பத்திராதிபர்,
சென்னை.

The Swadesamitran Branch Press, Madras

o

[இந்தத் தமிழ் அச்சுக் கடிதத்தில் ஆங்கில அச்சுக் கடிதத்தில் இல்லாத சில விஷயங்கள் உள்ளன. ஜேம்ஸ் கஸின்ஸ் என்ற ஐரிஷ் கவி பாரதியாரை தாகூர், ஸரோஜினி நாயுடு, அரவிந்த கோஸ் முதலிய புகழ்பெற்ற கவிகளுக்கு இணையாகக் கூறுவதும், பாரதியார் முதலியவர்கள் பெல்ஜிய மகாகவி வெர்ஹேரனை மிஞ்சியவர்கள் என்று கூறுவதும் கவனிக்கத்தக்கது. கஸின்ஸ், பாரதியாரின் “வேண்டுமடி யெப்போதும் விடுதலை” என்ற சிறந்த பாடலை அதே சந்தத்தில் “Liberation” என்ற ஆங்கிலப் பாடலாக மொழி பெயர்த்துள்ளார்.

புதுவையில் பன்னிரண்டு வருஷம் அஞ்ஞாத வாசம் என்பது சரியல்ல; பத்து வருஷம் நான்கு மாதம் என்பதே சரி. இது சிறு பிசகு.

நூல் விலை “சராசரி அரை ரூபாய்” என்று பொதுப்படையாகக் கூறப்பட்டுள்ளது. விளம்பரச் செலவுக்கென 10,000 ரூபாய் ஒதுக்குவதென இந்தத் தமிழ்க் கடிதத்தில் சொல்லப் பட்டுள்ளது ஆங்கிலக் கடிதத்தில் இல்லை.

தமது நூல்களின் சிறப்பை வர்ணித்துள்ளது ஆங்கிலக் கடிதத்தில் உள்ளபடியேதான். ஆனால், தமது நூல்கள் அதிவேகமாக விலையாகிவிடும் என்பதை, "மண்ணெண் ணெய் தீப்பெட்டிகளைக் காட்டிலும் அதிக ஸாதாரணமாக வும், அதிக விரைவாகவும் விலைப்பட்டுப் போகுமென்பதில் சிறிதேனும் ஸந்தேஹத்துக் கிடமில்லை" என்று கூறுவது புதிய விஷயம். எவ்வளவு அழகான உபமானம்!

இந்தத் தமிழ் அச்சுக் கடிதம் "தமிழ் வளர்ப்புப் பண்ணை"யின் "காரியதரிசி"யால் வெளியிடப்பட்டுள்ளதாக அச்சிடப் பட்டிருப்பினும், கடிதத்தின் வாசகத்திலிருந்தும், பதங்களை பாரதிக்கே உரிய முறையில் நன்றாகப் பிரித்திருப்பதிலிருந் தும் இது பாரதியின் எழுத்துதான் என்று உறுதியாகச் சொல்ல முடியும்.

பாரதியார் வெறும் கவி மட்டுமல்ல, விளம்பர யுக்தி நன்கு தெரிந்தவர் என்பது, "அன்பர்களே, உடனே, உடனே, உடனே, தத்தம்மால் இயன்ற தொகைகளை அனுப்புங்கள்" என்ற வாக்கியத்தில் தெரிகிறது. இவ்வாக்கியத்தின் வேகம் பாரதியாரின் இயல்பான வேகம் என்பதும் கவனிக்கத்தக்கது.

ஆனால், என்ன செய்து என்ன பலன்! பாரதியாரின் இந்த வேண்டுகோளுக்கும் பணம் வந்து சேர்ந்ததாகத் தெரிய வில்லை.]

●

# 19

## ஈரோடு தங்கப்பெருமாள் பிள்ளைக்கு ஆங்கிலக் கடிதம், 1920

*ஓம் சக்தி*

To

Sriman Thangavelu Pillai

Dear Brother,

You might have observed in the "Appeal" that Mr. Cousins himself, one of the shining lights of the Irish Renaissance, has ranked me with Tagore. This would, of course, mean that when my Tamil books are published, that will serve to elevate Tamil Literature to a high place among the literatures of the world and corresponding(ly) elevate the Tamil race, also, in the estimate of mankind. In fact, they will do for the Tamil country what the works of Tagore have done for Bengal.

So, then, the publications of my works is a matter of great national urgency. Erode has rich merchants. Utilise the Appeal, kindly & let me have for the above-mentioned work as much money as can be collected before the ensuing (month) as loans or otherwise from among friends, acquaintances and from others also through them.

As this is also patriotic work - otherwise I would have some scruples about troubling you on this score - kindly start operations immediately & very earnestly.

May God grant you immortality,<br>
Yours in truth<br>
C. Subramania Bharati

**இக்கடிதத்தின் தமிழாக்கம்:**

ஓம் சக்தி

ஸ்ரீமான் தங்கவேலு பிள்ளை அவர்களுக்கு,

அன்பார்ந்த சகோதரரே,

இத்துடன் உள்ள "வேண்டுகோ"ளில் ஐரிஷ் மறுமலர்ச்சியின் ஒளிமிக்க ஜோதிகளில் ஒருவரான மிஸ்டர் கஸின்ஸ் அவர்களே என்னை தாகூருக்கு இணையாகப் பாராட்டியிருப்பதைக் காண லாம். இதன் பொருள் என்னவென்றால், எனது தமிழ் நூல்கள் யாவும் வெளியாகுமானால், உலக இலக்கியங்களில் உயர்வான தொரு ஸ்தானத்துக்குத் தமிழ் இலக்கியத்தை உயர்த்தும் என்பதாகும். அத்துடன், தமிழ் மக்கள் உலக மக்களின் மதிப்பில் இதற்கேற்ப உயருமாறும் செய்யும். சுருங்கச் சொன்னால் தாகூரின் நூல்கள் வங்காளத்துக்கு என்ன பெருமை சேர்த்துள்ளனவோ, அதே போன்ற பெருமையை எனது நூல்கள் தமிழ் நாட்டுக்கு அளிக்கும்.

ஆகையால் என் நூல்களை வெளியிடுவது அவசரமான தேசியத் தேவையாகும். ஈரோட்டில் செல்வமிக்க வர்த்தகர்கள் இருக்கிறார் கள். எனது "வேண்டுகோ"ளைப் பயன்படுத்தி, கடனாகவோ அல்லது வேறு விதமாகவோ நண்பர்களிடமிருந்தும் அவர்கள் மூலம் மற்றவர்களிடமிருந்தும் எவ்வளவு தொகையை வரும் மாதத்துக்குள் சேர்க்க முடியுமோ அவ்வளவு சேர்த்து எனக்கு அனுப்பவும்.

இதுவும் தேசிய வேலைதான். இல்லையென்றால் இவ்விஷயத் தில் உங்களைத் தொந்தரவு செய்யத் துணிந்திருக்க மாட்டேன். ஆகையால், தயவு செய்து, உடனே மனப்பூர்வமாக இதில் நட வடிக்கை தொடங்குங்கள்.

மஹாஸக்தி உங்களுக்கு அமரத்தன்மை தருக.
உண்மைத் தொண்டன்,
சி. சுப்பிரமணிய பாரதி

○

[பாரதியார் காலத்தில் ஈரோடு நகரில் கே.எம். தங்கப்பெரு மாள் பிள்ளை என்ற பிரபல அரசியல் தலைவரும் இலக்கிய ரசிகருமான வக்கீல் ஒருவர் இருந்தார். அவர் ஈ.வெ. ராமசாமி நாயக்கரது ("பெரியா"ரது) *குடியரசு* வாரப் பத்திரிகையின் ஆசிரியராகவும் சிறிதுகாலம் இருந்தார். தங்கப்பெருமாள்

பிள்ளைக்கு, பாரதியார் தமது நூல் பிரசுரத் திட்டத் தமிழ்க் கடிதத்தை அனுப்பி, உடன் ஒரு ஆங்கிலக் கடிதமும் வைத்தனுப்பினார். அந்த ஆங்கிலக் கடிதமே இது.

இக்கடிதத்தை பாரதியார் அவசரத்தில் எழுதியிருக்க வேண்டும். தங்கப்பெருமாள் பிள்ளையின் பெயரைத் தவறாகத் தங்கவேலு பிள்ளை என்று எழுதியுள்ளார். மேலும், அவரது கடிதத்தில் ஆங்கிலச் சொல் ஒன்று ஓரிடத்தில் விட்டுப் போயிருக்கிறது.

கடிதத்தில், "எனது 'வேண்டுகோ'ளைப் பயன்படுத்தி" என்று அவர் குறிப்பதிலிருந்து, தாகூரைப் பற்றிச் சொல்லப்பட்டிருக்கும் இந்தத் தமிழ் 'வேண்டுகோள்' பாரதியாருடையது, இவர் தயாரித்ததுதான் என்று விளங்குகிறது.

தமது நூல்கள் வெளியீட்டுக் காரியமும் தேசிய வேலைதான் என்று எடுத்துரைப்பதும், தமது நூல்களால் தமிழ் இலக்கியம் உலகக் கீர்த்தி பெறும் என்பதும் கவனிக்கத்தக்க விஷயங்கள்.

தங்கப்பெருமாள் பிள்ளையின் அழைப்பிற்கிணங்க பாரதியார் 1921இன் முற்பகுதியில் ஈரோட்டுக்குப் போய் அங்கே கருங்கல்பாளையம் வாசகசாலையில் "மனிதனுக்கு மரணமில்லை" என்ற தலைப்பில் பேசினார். பாரதியார் மேற்கொண்ட கடைசி வெளியூர்ப் பயணம் அதுதான்.]

●

# 20

## *அமிர்தம்* பத்திரிகை பற்றி ஸ்ரீநிவாஸ வரதனுக்குக் கடிதம், 1920

ஓம் சக்தி

*கடையம்*
*6 ஆகஸ்ட் 1920*

*ஸ்ரீமான் ஸ்ரீநிவாஸ வரதாசார்ய ஸ்வாமிக்கு நமஸ்காரம். மஹாசக்தி அமரத் தன்மை தருக.*

இங்கு நான் 'அமிர்தம்' என்ற பெயருடைய பத்திரிகையொன்று தொடங்கியிருக்கிறேன்.

ஸெப்டம்பர் மாதம் முதல் தேதி முதல் ஆரம்பம். *(சுதேசமித்திரன் 1920 ஆகஸ்ட் 2 திங்கட்கிழமை 10ஆம் பக்கத்தடியில் இது பற்றியுள்ள விளம்பரத்தைக் காண்க.)*

ஷ பத்திரிகையையே உபயோகப்படுத்தி – இயன்றவரை சந்தாக்கள், நன்கொடை, கடன் பணம், தங்கள் கையிலுள்ள பொருள் – எல்லாவற்றையும் சேர்த்துக்கொண்டு இங்கு தயவு செய்து இக்கடிதங்கண்ட இரண்டு, மூன்று தினங்களில் புறப்பட்டு வந்து சேர வேண்டும். உங்களுக்கு எனது பத்திரிகை யாபீஸில் ஒரு உத்தியோகம் கொடுக்கலாமென்ற எண்ணம் வைத்திருக்கிறேன். ஆதலால் சீக்கிரம் வந்து சேருங்கள். இயன்றவரை பணத்துடன் வாருங்கள்.

*தங்களன்பன்*
*சி. சுப்பிரமணிய பாரதி*

○

[கடையத்திலிருந்து சென்னைக்குத் திரும்புமுன் பாரதியார் *அமிர்தம்* என்ற பத்திரிகை துவக்குவதற்கு முயன்றார். "தொடங்கியிருக்கிறேன்" என்று கடிதத்தில் கூறியுள்ளது சற்று மிகைப்படுத்திய வாசகம். "பத்திரிகை முயற்சி தொடங்கி யிருக்கிறேன்" என்பது பொருந்தும். நாமறிந்த வரையில் இப்பத்திரிகை துவக்கப் பணம் சேர்க்கும் காரியத்தில்தான் பாரதி ஈடுபட்டிருந்தார். பணம் சேரவில்லை. பிறகு, சென்னை சென்று *சுதேசமித்திரன்* பத்திரிகையில் மீண்டும் உதவி ஆசிரியர் வேலை ஏற்றார். அச்சமயம், தமது நூல்களை ஒழுங்குபடுத்தி வெளியிடுவதில் முயன்றார். அதுவும் பலிக்கவில்லை.

இக்கடிதம் எழுதிய மூன்று வாரங்களில், ஸ்ரீநிவாஸ வரதனுக்கு இன்னொரு கடிதமும் எழுதினார்.]

●

# 21

## *அமிர்தம் பத்திரிகை பற்றி ஸ்ரீநிவாஸ வரதனுக்கு இரண்டாவது கடிதம், 1920*

ஓம் சக்தி

கடையம்
26th ஆகஸ்ட் 1920

ஸ்ரீமான் – ஸ்ரீநிவாஸ வரதாசார்யனுக்கு நமஸ்காரம்.

மஹாசக்தி அமரத்தன்மை தருக.

"அமிர்தம்" பத்திரிகை 1921 ஆம் வருஷம், ஜனவரி மாஸம் முதல் தொடங்கும்.

மூலதனத்துக்கு வஸூல் தீவிரமாக நடத்தி வருகிறேன். தயவு செய்து தங்களால் இயன்ற தொகையை தாங்கள் சொல்லியபடி, சொத்தை விற்றேனும் கொண்டுவரக்கூடிய தொகையைக் கொண்டு இவ்விடத்திற்கு உடனே வந்து சேரும்படி ப்ரார்த்திக்கிறேன்.

"தேசபக்தன்" வேலையை ராஜிநாமா கொடுக்க வேண்டாம். இங்கு நமது காரியாலயத்தில் உத்யோகம் பார்த்துக்கொண்டே "தேசபக்த"னுக்கும் இந்தத் தாலூகா ஏஜெண்டாக உத்யோகம் வஹிக்கலாம். கலெக்டருடைய உத்தரவு நீங்கள் வந்த பிறகுதான் வாங்க வேண்டும். "தேசபக்தன்" விஷயத்திலே நீங்கள் அனுஷ்டிக்க வேண்டிய வழிகளை இங்கு வந்தவுடன் தங்களிடம் நேரில் தெரிவிக்கிறேன். உடனே புறப்பட்டு வாருங்கள்.

தங்கள் மெய்யன்பன்,
சி. சுப்பிரமணிய பாரதி

o

[ஸ்ரீநிவாஸ வரதன் சோழவந்தானைச் சேர்ந்தவர். தமது மனைவி பத்மாஸனி அம்மாளுடன் தேசிய இயக்கத்தில் ஈடுபட்டவர். சுப்பிரமணிய சிவத்தின் அபிமான சீடர். மதுரையில் இருந்து வந்தார். சென்னையிலிருந்து வெளிவந்து கொண்டிருந்த *தேசபக்தன்* என்ற நாளிதழின் ஏஜெண்டாக இருந்தார்.

இவர் 1920இல் திருநெல்வேலியில் தமிழ் மாகாண அரசியல் மாநாடு கூடிய சமயம் அங்கு சென்று, பின்னர் கடயத்தில் பாரதியாரையும் பார்த்து வந்தார். பாரதியாருடன் ஒரு நாள் முழுதும் தாமும் கூடவந்த நண்பர்களும் அளவளாவியதை அவர் விவரித்துள்ளார். பகலில் பாரதியார் வீட்டில் உணவருந்திய பின், பாரதியார் உள்ளே சென்று "ஒரு சாக்கு மூட்டையைக் கொண்டுவந்து பிரித்தார். அருமையான காவியங்களின் எழுத்துப் பிரதிகள்! அவைகளை வைக்கப் பெட்டிக்கூட இல்லை!"

*அமிர்தம்* பத்திரிகை ஆரம்பிக்கப் பணம் திரட்டிக் கொண்டிருந்த பாரதி, "சொத்தை விற்றேனும்" பணம் கொண்டு வரும்படி எழுதுவது, பாரதியாருக்கு இருந்த தீவிர மனோ பாவத்தைக் காட்டுகிறது.

ஸ்ரீநிவாஸ வரதன் தம்பதிகள் நாட்டுக்காகச் சொத்து முழுவதையும் இழந்தவர்கள். *அமிர்தத்து*க்காகச் சொத்தை விற்றேனும் உதவினார்களோ, தெரியாது. ஆனால், *அமிர்தம்* பத்திரிகை முயற்சி பலனளிக்கவில்லை. பாரதி கடையத்தை விட்டுச் சென்னைக்கு வேலை தேடிப் போகலாயிற்று.]

•

# 22

## குள்ளச்சாமியைச் சென்னைக்கு அனுப்பிவைக்குமாறு புதுவைச் சீடருக்குக் கடிதம், 1920

ஓம் சக்தி

சி. சுப்பிரமணிய பாரதி        89 ராமஸ்வாமி தெரு
முத்யால்பேட்டை
சென்னபட்டணம்

ஸ்ரீமன் கனக ராஜாவுக்கு நமஸ்காரம்.

தயவு செய்து இந்தக் கடிதம் கண்டவுடன் ஸ்ரீ குள்ளச்சாமியை கோவிந்தன் அல்லது வேணு ஸஹிதமாக மேலே காட்டிய விலாஸத்தில் ஸ்ரீ எஸ்.துரைசாமி அய்யர், எம்.ஏ., பி.எல்., ஹை கோர்ட் வக்கீல் (Professor of Law College) வீட்டுக்கனுப்ப வேண்டும். செலவுப் பணம் முதலிய ஸகல ஸௌகர்யங்களும் இங்கே நடக்கும். புதுச்சேரியிலிருந்து இங்கு வர நீ பணம் கொடுத்தனுப்பு. மிகவும் முக்யமான கார்யம். உன் கையில் பணம் கிடைக்காவிட்டால் யாரிடமேனும் வாங்கிக் கொடுத்தனுப்பு. இங்கு வேணு வந்து சேர்ந்தவுடன் உனக்குத் தந்தி மணியார்டர் மூலமாக அந்தத் தொகையை அனுப்பிவிடுகிறோம். மிகவும்...

O

[கடிதத்தில் முதல் பக்கம்தான் கிடைத்தது. மறுபகுதி கிடைக்க வில்ல.

இக்கடிதத்தைப் பெற்ற கனகராஜா என்பவர், புதுச்சேரியில் பெரிய தனிகரும் பாரதியை ஆதரித்தவருமான பொன்னு.

முருகேசம் பிள்ளையின் இளைய மகன். பாரதியாரின் "மெய்க்காவலர்"களில் ஒருவராகத் திகழ்ந்தவர்.

கடிதம் கிடைத்ததும் அவர் குள்ளச் சாமியாரைச் சென்னைக்கு அனுப்பி வைத்தார்.

குள்ளச்சாமியார் புதுச்சேரியிலிருந்த மகான்களில் ஒருவர். இவர் அஷ்டமா சித்திகள் பெற்ற பரமயோகி, ஜட பரதர் என்பது பாரதியாரின் கணிப்பு. நாலரை அடி உயரம்; கரிய உருவம்; குண்டு சட்டியைப் போல் முகம்; அரையில் கந்தல்; தோளில் ஒரு அழுக்கு மூட்டை. பேசுவது கிடையாது; திக்கித் திக்கிப் பேசுவது சில ஒலிகளை உண்டாக்கும். பசித்தபோது எங்கேயும் தின்பார்; எச்சில் இலைகளுக்கு நாய்களுடன் சண்டையிடுவார்; கள் குடிப்பார்; கஞ்சா தின்பார்; மண்ணிலே புரள்வார். ஆனால், அவரைக் கண்டால் பெண்களுக்கு அதிக மரியாதை. அவருக்குப் பாயசம் முதலிய தந்து உபசரிப்பார்கள். ஒரு சமயம் இவர் அரவிந்தருக்கே வழிகாட்டினாராம்.

'என் தொழில் வண்ணான் தொழில்; ஐம்புலன்களாகிய கழுதைகளை மேய்க்கிறேன். அந்தக்கரணமான துணிகளை வெளுக்கிறேன்' என்பாராம் குள்ளச்சாமி. 'நான் புறத்தே சுமக்கிறேன்; நீ அகத்தே பெருங்குப்பை சுமக்கிறாய்!' என்று தமது அழுக்கு மூட்டை பற்றி விளக்குவாராம்.

தமது குருக்களில் சிறந்தவராக பாரதி இவரைப் போற்றியுள்ளார். ('பாரதி அறுபத்தாறு' காண்க.) 'வாசியை நீ கும்பகத்தால் வலியக்கட்டி, மண்போலே சுவர் போலே வாழ்தல் வேண்டும் தேசுடைய பரிதி உரு கிணற்றுள் தெரிவது போலே, உனக்குள்ளே சிவனைக் காண்பாய்' என்று பாரதிக்கு இவர் உபதேசித்தார்.

பாரதியார் தமது கட்டுரைகளில் பலவற்றில் குள்ளச் சாமியாரைப் பற்றிக் குறிப்பிட்டுள்ளார். 'சும்மா' என்ற கட்டுரையில், சாமியார்களைப் பழித்த வேணு முதலிக்கு அவர் ஆறடி உயரம் காட்சியளித்தது, ஒரு கண்ணில் சூரியன் போலவும் ஒரு கண்ணில் சந்திரன் போலவும், ஒருபுறம் பார்த்தால் சிவபிரான் போலும் ஒரு புறம் பார்த்தால் விநாயகர் போலும் இன்னும் பலவிதமாகவும் காட்சியளித்தது, ஆகியவற்றை உடனிருந்த பாரதி தெள்ளத் தெளிய விவரித்திருக்கிறார்.

குள்ளச்சாமி சென்னைக்கு வந்தார். கோகலே ஹாலில் உபசாரம் நடந்தது. *ஹிந்து* பத்திரிகையில் செய்தியும் படமும் வந்தனவாம். அடையாறு பிரம்மஞான சங்கத்தில் ஒரு கூட்டத்திலும் அவர் பிரசந்நமாக இருந்தாராம்.

குள்ளச்சாமியை பாரதியாரும் மற்றும் பலரும் மிக உயர்வாக மதித்தபோதிலும், அவ்வமயம் சென்னை பெரம்பூரிலிருந்த வ.உ. சிதம்பரம் பிள்ளை அவரை மிகச் சாதாரணமாகவே மதிப்பிட்டுள்ளார். வ. உ. சி. குள்ளச்சாமியாரின் அபின் பழக் கத்தை முக்கியமாகக் கண்டிக்கிறாரேயன்றி, அவருக்குச் சித்திகள் இருந்ததை ஏற்கவில்லை.]

•

## 23

மாப்பிள்ளைக்கு உதவி புரியக் கோரி
குத்தி பி. கேசவப் பிள்ளைக்கு ஆங்கிலக் கடிதம், 1920

C. Subramania Bharati                                Kadayam
                                                  16th May 1920

To

    Dewan Bahadur P. Kesava Pillai Avl
    Gooty

Dear Sir,

    I have never, till now, had the good fortune of making your acquaintance personally, but I know you very well by reputation and I hope to be excused for the presumption that you, too, might have heard of my name as one who has done his little share of service for our country and humanity. All the same, the high character you bear as a patriot and philanthropist has emboldened me to write to you the following lines.

    The young man who shows you this letter, Mr. Sthanoo Iyer, Theodolite Overseer, Anantapur Dt., is my son-in-law. He is a native of Kalakad, near Cape Comorin and is therefore an utter stranger to the Ceded Dts., whither he has been taken by the requisitions of his office. He has practically no one in those parts to sympathise with him and care for him. As our intimate relationship makes me feel like a father unto Mr. Sthanoo Iyer and take a keen interest in his welfare, I appeal to you to help him in every possible manner, especially with regard to the promotion of his interests as a Govt servant.

    I shall, indeed, be infinitely obliged to you if you can give him letters of recommendation to people who can aid him in his official aspirations, as well as do what you can to make him and my daughter feel as comfortable as possible in their new surroundings so long as they are obliged to remain in your District. May Heaven protect you ever.

I beg to remain, Dear Sir,

Yours, very lovingly,
C. Subramania Bharati

**இதன் தமிழாக்கமாவது:**

சி. சுப்பிரமணிய பாரதி

கடையம்
16 மே 1920

திவான் பகதூர் பி. கேசவ பிள்ளை அவர்களுக்கு,

குத்தி.

அன்பார்ந்த ஐயா,

இதுவரை நான் உங்களை நேரில் அறிந்துகொள்ளும் அதிர்ஷ்டம் பெறவில்லை. ஆனால், உங்களுடைய கீர்த்தியின் மூலம் உங்களை நன்கு அறிவேன். அதேபோல, நமது நாட்டுக்கும் மனித குலத்துக்கும் தன்னால் முடிந்த சிறு பங்கைச் செய்துள்ளவன் என என்னைப் பற்றி நீங்கள் அறிந்திருக்கக்கூடும் என்று நான் கருதுவது மன்னிக்கக் கூடியதே. நாம் நேரில் ஒருவரை ஒருவர் அறியாவிடினும், தேசபக்தர் எனவும் பிறர் நலம் பேணும் பரோபகாரி எனவும் உங்களுக்குள்ள புகழினால் உங்களுக்கு இந்தச் சில வரிகளை எழுதத் துணிகிறேன்.

இக்கடிதத்தை உங்களிடம் காட்டும் இளைஞர் என் மாப்பிள்ளை ஸ்ரீ. ஸ்தாணு ஐயர். அனந்தபூர் ஜில்லாவில் தியடோலைட் ஓவர்சியராக வேலை பார்ப்பவர். அவர் கன்னியாகுமரிக்கு அருகிலுள்ள களக்காட்டைச் சேர்ந்தவர். ஆகையால் ராயலசீமைக்கு முற்றிலும் புதியவர். அவர் இப்போது அங்கே வேலை நிமித்தமாக இட மாற்றி வந்துள்ளார். அந்தப் பகுதிகளில் அவருக்கு அனுதாபம் செலுத்தி ஆதரவு தர எவருமே இல்லை. ஸ்ரீ ஸ்தாணு ஐயர் எனக்கு மகன் போல ஆதலால், அவருடைய நலன்களில் நான் தீவிர சிரத்தை கொள்கிறேன். ஆகையால் அவருக்கு உங்களால் முடிந்த சகல வழிகளிலும் உதவி செய்யும்படி, முக்கியமாக சர்க்கார் உத்தியோகஸ்தர் என்ற முறையில் அவரது மேம்பாட்டுக்கான உதவிகளைச் செய்யும்படி கோருகிறேன்.

அவருடைய உத்தியோக மேம்பாட்டில் அவருக்கு உதவக் கூடியவர்களுக்கு நீங்கள் சிபார்சுக் கடிதங்கள் கொடுத்துதவினால் நன்றியுள்ளவனாவேன். அவரும் எனது குமாரியும் தங்களது

புதிய இடத்தில் இருக்கும் காலம் வரை சௌகரியமாக இருக்க உங்களால் இயன்றதைச் செய்ய வேண்டுகிறேன். தெய்வம் உங்களை என்றும் காக்குமாக.

அன்புடையீர், தங்களின்
மிகப் பற்றுதலுள்ள,
சி. சுப்பிரமணிய பாரதி

○

[திவான் பகதூர் பி. கேசவ பிள்ளை பாரதியார் காலத்து வாழ்ந்த தமிழ்த் தலைவர்களுள் முக்கியமான ஒருவர்.

இவர் பத்திரிகையாளராக வாழ்க்கையைத் துவங்கி, பொது அரசியலில் ஈடுபட்டு, பிராமணர் அல்லாதார் இயக்கம் தோன்றிய காலத்தில் தேசியத்தில் பற்றுக்கொண்ட பிராமணர் அல்லாதார் ஸ்தாபனம் ஒன்றை நிறுவி நடத்தியவர்.

19ஆம் நூற்றாண்டின் இறுதியில் சேலத்தில் நடந்த வகுப்புக் கலவரத்தைப் பற்றிய செய்திகள் அனுப்ப *ஹிந்து* பத்திரிகையின் நிருபராகச் சேலம் சென்றவர் கேசவ பிள்ளை. கலவரம் பற்றிய அவரது செய்திகள் அவருக்கு மிகுந்த கீர்த்தியளித்தன. கேசவ பிள்ளையின் ஊர் குடியாத்தம்.

தமது ஆப்த நண்பர் ஒருவர் அனந்தபூருக்குக் குடி போந்ததால், தாமும் அனந்தபூரிலுள்ள குத்தி என்ற ஊருக்குக் குடி போந்த கேசவ பிள்ளை, அங்கேயும் பல துறைகளில் ஒப்பற்ற சமூக சேவை செய்தார். சிறைச்சாலைகளில் கைதிகளின் நிலை, அயல் நாடுகளில் இந்தியர்கள் நிலை இரண்டைப் பற்றியும் அவர் நேரில் நன்கறிந்து, பிரிட்டிஷ் அரசாங்கத்தாரிடம் பல சிபார்சுகள் செய்து நலன் விளைவித்தார்.

ஸ்தாணு ஐயர், பாரதியாரின் மூத்த மகள் தங்கம்மாவின் கணவர்; பாரதிக்கு மூத்த மாப்பிள்ளை.

தமது ஆங்கிலப் படிப்புக்கு எட்டயபுரம் ஜமீன்தாரிடம் உதவி கோரி 14 வயது பாரதி எழுதிய கடிதத்தில் ஆரம்பித்த இத்தொகுப்பு, 38 வயது பாரதியார் தமது மாப்பிள்ளைக்கு உதவி கோரி எழுதிய கடிதத்துடன் முற்றுப் பெறுகிறது. பாரதியார் எழுதிய கடிதங்களில் நமக்குக் கிடைத்தவை தவிர வேறு இருக்கலாம். அவற்றைத் தேடுவது பாரதி அன்பர்களுக்குத் தொடர்ந்த வேலையாகும்.]

●

## ஆதாரங்கள்

1. எட்டயபுரம் பிரமுகருக்குக் கவிதைக் கடிதம், 1897: பாரதியாரது தம்பி சி. விசுவநாதனால் சென்னை *கலைமகள்* பத்திரிகையில் 1974 ஆகஸ்ட் இதழில் வெளியிடப் பெற்றது; செப்டம்பர் இதழில் ஒரு திருத்தம் வெளிவந்தது.
2. செல்லம்மாவுக்குக் கடிதம், 1901: செல்லம்மா பாரதியின் *பாரதியார் சரித்திரம்* (சக்தி காரியாலயம், சென்னை, 1941) நூலில் உள்ளது.
3. பண்டித மு. இராகவையங்காருக்குக் கடிதம், 1907: பாரதி பிரசுராலயம் வெளியிட்ட *பாரதி நூல்கள்: கட்டுரைகள்* தொகுதியின் இறுதியில் தரப்பட்டுள்ளது.
4. லோகமானிய பாலகங்காதர திலகருக்குக் கடிதம், 1908: புனா *கேஸரி – மராட்டா* ஆபீஸில் உள்ளது. அவர்கள் அனுப்பி வெளியிடப் பெறுகிறது.
5. பிரிட்டிஷ் தொழிற் கட்சித் தலைவர் ராம்ஸே மக்டானல்டுக்குக் கடிதம், 1914: *ஹிந்து* பத்திரிகையில் வெளியாகியுள்ளது.
6. 'தம்பி' நெல்லையப்ப பிள்ளைக்குக் கடிதம், 1915: ரா. அ. பத்மநாபனின் *சித்திர பாரதி* நூலில் (அமுத நிலையம் சென்னை; 1957) உள்ளது.
7. நெல்லையப்பருக்கு 'நன்கு மதிப்பு' கடிதம், 1915: *சித்திர பாரதி* நூலில் உள்ளது.
8. தந்திக் காகிதத்தில் ரசீது, 1918: *சித்திர பாரதியில்* உள்ளது.
9. தம்பி சி. விசுவநாதனுக்குக் கடிதம், 1918: *கலைமகளில்* வெளியானது: *சித்திர பாரதியில்* உள்ளது.
10. *சுதேசமித்திரன்* ரங்கஸ்வாமி ஐயங்காருக்குக் கடிதம், 1918: *சித்திர பாரதியில்* உள்ளது; *மித்திரனில்* வெளியானது.
11. கடையத்திலிருந்து நெல்லையப்பருக்குக் கடிதம், 1918: *சித்திர பாரதியில்* உள்ளது.

12. எட்டயபுரம் வெங்கடேச ரெட்டுவுக்குக் கடிதம், 1919: *தினமணி சுடர்* 29 – 12 – 1968 இதழில் வெளிவந்தது; எட்டயபுரம் தி. முத்துக் கிருஷ்ணன் கண்டுபிடித்து வெளியிட்டது.

13. எட்டயபுரம் ஜமீன்தாருக்கு ஓலைத்தூக்கு, 1919: *சித்திர பாரதியில்* உள்ளது. ரா. அ. பத்மநாபனிடம் உள்ள அசலின்படி திருத்தமாக வெளியிடப்படுவது.

14. எட்டயபுரம் ஜமீன்தாருக்குச் சீட்டுக்கவிகள், 1919: ரா. அ. பத்ம நாபனிடம் உள்ள அசலின்படி திருத்தமாக வெளியிடப்படுவது.

15. எட்டயபுரம் ஜமீன்தாருக்குக் கடிதம், 1919: *சித்திர பாரதியில்* உள்ளது. *லோகோபகாரியில்* முன்பு வெளியானது.

16. வள்ளல் வயி. சு.வுக்கு எழுதிய கடிதங்கள் பலவற்றுள், நமக்குத் தற்சமயம் கிடைத்தது ஒன்றுதான். இது *குமரி மலர்* 1978 அக்டோபர் இதழில் வெளியானது.

17. பாரதியின் விரிவான நூல் பிரசுரத் திட்டம், ஆங்கில அச்சுக் கடிதம் 1920: *சித்திர பாரதியில்* உள்ளது. சோழவந்தான் ஸ்ரீநிவாஸ வரதன் உதவியது.

18. நூல் பிரசுரத் திட்டம், தமிழ் அச்சுக் கடிதம், 1920: *சித்திர பாரதியில்* உள்ளது.

19. ஈரோடு தங்கப்பெருமாள் பிள்ளைக்கு ஆங்கிலக் கடிதம், 1920: எஸ். ஆர். சுப்பிரமணியத்தின் *ஸ்ரீ சுப்பிரமணிய பாரதி கவிதா மண்டலம்* மார்ச் 1980 இதழில் உள்ளது.

20. *அமிர்தம்* பற்றிய கடிதம், 1920: *சித்திர பாரதியில்* உள்ளது. ஸ்ரீநிவாஸ வரதன் உதவியது.

21. *அமிர்தம்* பற்றிய இரண்டாவது கடிதம், 1920: *சித்திர பாரதி யில்* உள்ளது. ஸ்ரீநிவாஸவரதன் உதவியது.

22. குள்ளச்சாமியைச் சென்னைக்கு அனுப்பிவைக்குமாறு கனக ராஜாவுக்குக் கடிதம், 1920: *சித்திர பாரதியில்* உள்ளது.

23. மாப்பிள்ளைக்கு உதவி புரியுமாறு குத்தி பி. கேசவப் பிள்ளைக்கு எழுதிய 1920 கடிதத்தின் பிரதி, கேசவப் பிள்ளையின் புதல்வர் பி. தாமோதரம் பிள்ளை உதவியது. இதன் அசல், தில்லி நேரு மியூஸியத்தில் கேசவ பிள்ளை கடிதங்களுள் உள்ளது.